Translated Language Learning

Les Aventures d'Alice au Pays des Merveilles

Ævintýri Alice í Undralandi

Lewis Carroll

Français / Íslenska

Dans le Terrier du Lapin
Niður í kanínuholið

Alice commençait à être très fatiguée
Alice var farin að verða mjög þreytt
Elle était assise à côté de sa sœur sur le talus d'herbe
Hún sat hjá systur sinni á grasbakkanum
Mais elle n'avait rien à faire
en hún hafði ekkert að gera
Sa sœur lisait un livre
systir hennar var að lesa bók
une ou deux fois, Alice jeta un coup d'œil dans le livre
einu sinni eða tvisvar kíkti Alice inn í bókina
Mais le livre ne contenait ni images ni conversations
en í bókinni voru engar myndir eða samtöl
« À quoi sert un livre sans images ? » pensa Alice
"Hvaða gagn er af bók án mynda?," hugsaði Alice
« Pourquoi un livre n'aurait-il pas de conversations ? »
"Af hverju ætti bók ekki að hafa nein samtöl?"
Mais elle avait d'autres choses à considérer
en hún hafði annað að huga að
« Faire une chaîne de marguerites serait un plaisir »

"Það væri ánægjulegt að búa til keðju af daisies"
**« Mais cela vaut-il la peine de se lever et de cueillir les
marguerites ?? »**
"En er það fyrirhafnarinnar virði að standa upp og tína
daisies??"
Ce n'était pas si facile d'y penser
Þetta var ekki svo auðvelt að hugsa um
parce que la journée la rendait somnolente et stupide
vegna þess að dagurinn var að láta hana finna fyrir syfju og
heimsku
Mais soudain, ses pensées s'interrompirent
en skyndilega trufluðust hugsanir hennar
un lapin blanc aux yeux roses courait près d'elle
hvít kanína með bleik augu hljóp skammt frá henni

Il n'y avait rien de trop remarquable chez le lapin
Það var ekkert ýkja merkilegt við kanínuna
et Alice ne trouvait pas non plus le lapin remarquable
og Alice fannst kanínan heldur ekki merkileg
elle ne s'étonna pas non plus quand le Lapin parla
Það kom henni heldur ekki á óvart þegar kanínan talaði
« Oh mon Dieu ! Je serai trop tard ! se dit-il
"Æ, elskan! Ég verð of seinn!" sagði hann við sjálfan sig

mais alors le Lapin a fait quelque chose que les lapins n'ont pas fait
en svo gerði kanínan eitthvað sem kanínur gerðu ekki
le Lapin tira une montre de la poche de son gilet
Kanínan tók úr úr vestisvasanum
Il regarda l'heure puis se hâta
Hann leit á klukkuna og flýtti sér svo áfram
Alice se leva, stupéfaite
Alice stóð á fætur, undrandi
Elle n'avait jamais vu un lapin avec un gilet auparavant !
Hún hafði aldrei séð kanínu í vesti áður!
elle n'avait jamais vu non plus de lapin avec une montre !
Hún hafði heldur aldrei séð kanínu með úr!
Alice brûlait d'une nouvelle curiosité
Alice logaði af nýrri forvitni
et elle courut à travers le champ après le Lapin
og hún hljóp yfir túnið á eftir kanínunni
Elle était juste à temps pour voir le lapin disparaître
hún var rétt í tæka tíð til að sjá kanínuna hverfa
Le lapin sauta dans un grand terrier de lapin
Kanínan hoppaði niður í stóra kanínuholu
Un instant plus tard, Alice s'est mise à courir après le lapin !
Á öðru andartaki fór Alice niður á eftir kanínunni!
Le terrier du lapin continuait tout droit comme un tunnel
Kanínuholan fór beint áfram eins og göng
Et le tunnel a continué à avancer sur une certaine distance
og göngin héldu áfram í nokkra vegalengd
Et puis le chemin s'est soudainement incliné
og þá dýfði stígurinn skyndilega niður
Alice n'eut pas un instant pour songer à s'arrêter
Alice hafði ekki augnablik til að hugsa um að stoppa sig
Elle s'est retrouvée à tomber et à tomber
hún fann sjálfa sig detta niður og niður og niður
Il semblait qu'elle était tombée dans un puits très profond
það virtist sem hún hefði dottið niður mjög djúpan brunn
Ou le puits était très profond, ou bien elle tombait très lentement

Annað hvort var brunnurinn mjög djúpur, eða hún féll mjög hægt

parce qu'elle avait tout le temps de tomber

því hún hafði nægan tíma til að detta

alors qu'elle tombait, elle pouvait regarder tout autour d'elle

Þegar hún var að detta gat hún horft í kringum sig

D'abord, elle a essayé de comprendre où elle allait

Fyrst reyndi hún að átta sig á hvert hún væri að fara

mais le puits était trop sombre pour voir quoi que ce soit

en brunnurinn var of dimmur til að sjá neitt

Puis elle regarda les côtés du puits

Síðan leit hún á hliðar brunnsins

Et elle remarqua qu'il y avait des placards tout autour d'elle

og hún tók eftir því að skápar voru allt í kringum hana

et tout autour du puits il y avait des étagères de livres

og allt í kringum brunninn voru bókahillur

Çà et là, elle voyait des cartes et des tableaux accrochés à des piquets

hér og þar sá hún kort og myndir hengdar á pinna

En passant, elle prit un bocal sur l'une des étagères

Hún tók niður krukku úr einni hillunni þegar hún gekk framhjá

Le pot a été étiqueté pour son contenu

Krukkan var merkt fyrir innihald hennar

« MARMELADE D'ORANGES »

"MARMELAÐI ÚR APPELSÍNUM"

Mais, à sa grande déception, le pot de marmelade était vide

en henni til mikilla vonbrigða var marmelaðikrukkan tóm

Elle ne voulait pas laisser tomber le pot de marmelade vide

Hún vildi ekki missa tóma marmelaðikrukkuna

et sa chute fut très lente

og fall hennar var mjög hægt

Elle a donc réussi à mettre le pot de marmelade dans l'un des placards

Svo henni tókst að setja marmelaðikrukkuna í einn skápinn

Tombée, descendue, tombée !

Niður, niður, niður fellur hún!

La chute prendrait-elle fin ?
Myndi fallið nokkurn tíma taka enda?
Il n'y avait rien d'autre à faire
Það var ekkert annað að gera
alors Alice commença bientôt à se parler à elle-même
svo Alice fór fljótlega að tala við sjálfa sig
« Je vais beaucoup manquer à Dinah ce soir, je pense ! »
"Dína mun sakna mín mjög í kvöld, held ég!"
Dinah était le chat d'Alice
Dína var köttur Alice
**« J'espère qu'ils se souviendront de sa soucoupe de lait à
l'heure du thé »**
"Ég vona að þeir muni eftir mjólkurskálinni hennar á
tetímanum"
« Dinah, ma chère, je voudrais que tu sois ici avec moi ! »
"Dinah, elskan mín, ég vildi að þú værir hérna niðri með mér!"
Alice sentit qu'elle s'assoupissait
Alice fann að hún var að blunda
Et puis soudain, bruit sourd ! bourrade!
og svo skyndilega, dúndrandi! dynkur!
Elle tomba sur un tas de bâtons
niður féll hún á hrúgu af prikum
et elle atterrit sur un tas de feuilles sèches
og hún lenti á hrúgu af þurrum laufum
et enfin la longue chute dans le trou était terminée
og loks var langa fallið niður í holuna lokið
Alice n'était pas du tout blessée
Alice var ekkert særð
Et elle se leva d'un bond au bout d'un instant
og hún stökk upp innan augnabliks
Elle leva les yeux, mais il faisait noir au-dessus de sa tête
Hún leit upp, en það var allt dimmt fyrir ofan
Devant elle se trouvait un autre long couloir
fyrir framan hana var annar langur gangur
et le Lapin Blanc était toujours en vue
og hvíta kanínan var enn í sjónmáli
Il se hâtait dans le couloir

hann flýtti sér niður ganginn
Il n'y avait pas un instant à perdre
Það var ekki augnablik að missa
Alice s'enfuit comme le vent
burt hljóp Alice eins og vindurinn
Au coin de la rue, le lapin s'est retourné
Handan við hornið sneri kanínan sér við
Elle était juste à temps pour entendre le lapin
hún var rétt í tæka tíð til að heyra í kanínunni
« "Oh, mes oreilles et mes moustaches »
""Ó, eyrun mín og hárhár"
« Comme il est tard ! »
"Hve seint það er að verða!"
Elle était tout près derrière le lapin
Hún var skammt fyrir aftan kanínuna
Elle tourna au détour d'un autre coin
Hún sneri sér við annað horn
mais le Lapin n'était plus visible
en Kanínan var ekki lengur að sjá
Elle se retrouva dans une longue salle basse
Hún var stödd í löngum og lágum sal
La salle était éclairée par une rangée de plafonniers
salurinn var upplýstur af röð af loftlömpum
Il y avait des portes tout autour de la salle
Það voru dyr allt í kringum salinn
mais toutes les portes étaient fermées à clé
en allar dyr voru læstar
Elle marcha tout le long d'un côté de la salle
Hún gekk alla leið niður aðra hlið gangsins
et elle avait fait tout le chemin de l'autre côté de la salle
og hún hafði gengið alla leið upp hinum megin við salinn
Elle avait essayé toutes les portes
hún hafði reynt allar dyr
et elle marchait tristement au milieu de la salle
og hún gekk sorgmædd niður miðjan ganginn
« Comment vais-je jamais en sortir ? »
"hvernig á ég nokkurn tíma að komast út aftur?"

Tout à coup, elle tomba sur une petite table
Skyndilega kom hún að litlu borði
La table était entièrement en verre massif
borðið var eingöngu úr gegnheilu gleri
Il n'y avait rien sur la table à part une petite clé dorée
Það var ekkert á borðinu nema pínulítill gylltur lykill
La clé pourrait appartenir à l'une des portes !
lykillinn gæti tilheyrt einni af hurðunum!
Mais, hélas ! Certaines serrures étaient trop grandes pour les clés
En því miður! Sumir lásanna voru of stórir fyrir lyklana
et pour les autres serrures, la clé était trop petite
og fyrir hina lásana var lykillinn of lítill
mais, en tout cas, la clef n'ouvrit aucune des portes
en lykillinn opnaði allavega engar dyr
Mais que devait-elle faire ?
En hvað átti hún að gera?
Elle traversa de nouveau le couloir
Hún gekk aftur í gegnum salinn
et cette fois, elle remarqua un rideau bas
og í þetta sinn tók hún eftir lágu fortjaldi
Derrière le rideau se trouvait une petite porte

Á bak við fortjaldið var lítil hurð
La porte avait une quinzaine de pouces de haut
hurðin var um fimmtán tommur á hæð
Elle essaya la petite clé dorée dans la serrure
Hún prófaði litla gulllykilinn í lásnum
Et à sa grande joie, la clé s'est glissée dans la serrure !
og henni til mikillar gleði passaði lykillinn í lásinn!
Alice ouvrit la porte
Alice opnaði dyrnar
et elle trouva la porte qui donnait sur un petit couloir
og hún sá að dyrnar leiddu inn á lítinn gang
Le couloir n'était pas beaucoup plus grand qu'un trou à rats
gangurinn var ekki mikið stærri en rottuhola
Elle s'agenouilla et regarda le long du couloir
Hún kraup og leit eftir ganginum
et elle a vu le plus beau jardin que vous ayez jamais vu
og hún sá fallegasta garð sem þú hefur nokkru sinni séð
comme elle avait envie de sortir de cette salle sombre
hve hún þráði að komast út úr þessum dimma sal
comme elle voulait se promener parmi ces fleurs lumineuses
hvernig hún vildi ráfa um þessi björtu blóm
Comme ces fontaines avaient l'air cool et rafraîchissantes
Hversu flott hressandi þessir gosbrunnar litu út
Mais elle ne pouvait même pas passer la tête par la porte
en hún gat ekki einu sinni komið höfðinu í gegnum dyrnar
— Oh ! dit Alice d'un ton lugubre
"Ó," sagði Alice sorgmædd
comme je voudrais pouvoir me plier comme un télescope !
"hvað ég vildi að ég gæti brotið saman eins og sjónauki!"
« Je pense que je pourrais me plier comme un télescope »
"Ég held að ég gæti brotið saman eins og sjónauki"
« Si seulement je savais par où commencer »
"ef ég bara vissi hvernig ég ætti að byrja"
Alice retourna à la table
Alice fór aftur að borðinu
Il y avait la chance de trouver une autre clé
það var möguleiki á að finna annan lykil

Ou il pourrait y avoir un livre de règles
eða það gæti verið reglubók
Le livre pourrait lui apprendre à se plier comme un télescope
bókin gæti sagt henni hvernig hún ætti að brjóta saman eins
og sjónauka
Cette fois, elle trouva une petite bouteille
Í þetta sinn fann hún litla flösku
**« cette bouteille n'était certainement pas là auparavant, » dit
Alice**
"Þessi flaska var svo sannarlega ekki hér áður," sagði Alice
**et autour du goulot de la bouteille était attachée une
étiquette en papier**
og bundinn um hálsinn á flöskunni var pappírsmiði
**L'étiquette était magnifiquement imprimée en grandes
lettres**
miðinn var fallega prentaður með stórum stöfum
« BOIS-MOI »
"DREKKTU MIG"
« Non, je vais regarder d'abord », a-t-elle dit
"Nei, ég skal líta fyrst," sagði hún
**« Je vais voir si la bouteille est marquée comme toxique ou
non, »**
"Ég skal sjá hvort flaskan er merkt sem eitruð eða ekki,"
Parce qu'elle n'a jamais oublié la leçon sur le poison
vegna þess að hún gleymdi aldrei lexíunni um eitur
**« Si une bouteille est étiquetée comme toxique, elle est
forcément en désaccord avec vous »**
"Ef flaska er merkt eitruð hlýtur hún að vera ósammála þér"
**Cependant, cette bouteille n'a pas été marquée comme
toxique**
Hins vegar var þessi flaska ekki merkt sem eitruð
alors Alice se hasarda à goûter le contenu de la bouteille
svo Alice vogaði sér að smakka innihald flöskunnar
Elle trouva le liquide tout à fait à son goût
Henni fannst vökvinn alveg við sitt hæfi
La boisson avait une sorte de saveur mélangée
drykkurinn hafði eins konar blandað bragð

tarte aux cerises, crème pâtissière et ananas
kirsuberjaterta, vanillukrem og ananas
Rôtir la dinde, le caramel et le pain grillé au beurre chaud
steikt kalkún, karamellu og ristað brauð með heitu smjöri
et elle finit bientôt la bouteille
og hún kláraði fljótlega flöskuna
« Quelle curieuse sensation ! » dit Alice
"Þvílík forvitnileg tilfinning!" sagði Alice
« Je me plie comme un télescope ! »
"Ég leggst saman eins og sjónauki!"
Et elle se repliait comme un télescope !
Og hún lagðist saman eins og sjónauki!
Elle n'avait plus que dix pouces de haut
Hún var nú aðeins tíu tommur á hæð
et son visage s'éclaira à ses pensées
og andlit hennar ljómaði við hugsanir hennar
Maintenant, elle était de la bonne taille pour la petite porte
nú var hún í réttri stærð fyrir litlu hurðina
Maintenant, elle pouvait aller dans ce joli jardin
nú gat hún farið inn í þennan yndislega garð
Bientôt, elle a cessé de devenir plus petite
fljótlega hætti hún að minnka
Elle décida d'aller tout de suite dans le jardin
Hún ákvað að fara strax út í garðinn
mais, hélas pour la pauvre Alice !
en því miður fyrir aumingja Alice!
Elle arriva à la porte
Hún kom til dyra
Mais elle avait oublié la petite clé d'or
en hún hafði gleymt litla gulllyklinum
Elle retourna à la table pour prendre la clé
Hún fór aftur að borðinu til að ná í lykilinn
Mais elle s'aperçut qu'elle ne pouvait pas atteindre assez haut
en hún komst að því að hún gat ekki náð nógu hátt
Elle pouvait voir la clé très distinctement à travers la vitre
hún sá lykilinn alveg greinilega í gegnum glerið

Elle essaya de grimper sur les pieds de la table
Hún reyndi að klifra upp fæturna á borðinu
Mais le verre était beaucoup trop glissant
en glerið var allt of sleipult
Finalement, elle s'est fatiguée à essayer
Að lokum þreyttist hún á því að reyna
et la pauvre petite fille s'assit et pleura
og aumingja litla stúlkan settist niður og grét
Alice se parlait à elle-même assez vivement
Alice talaði frekar skarpt við sjálfa sig
« Allons, ça ne sert à rien de pleurer comme ça ! »
"Komdu, það þýðir ekkert að gráta svona!"
« Je vous conseille d'arrêter tout de suite ! »
"Ég ráðlegg þér að hætta strax!"
Elle se donnait généralement de très bons conseils
Hún gaf sjálfri sér yfirleitt mjög góð ráð
bien qu'elle suivît très rarement ses propres conseils
þó hún hafi mjög sjaldan farið að eigin ráðum
Et elle était parfois trop dure envers elle-même
og hún var stundum of hörð við sjálfa sig
et ses paroles lui firent monter les larmes aux yeux
og orð hennar vöktu tár í augu hennar
Bientôt, son regard tomba sur une petite boîte en verre
Brátt féll augu hennar á lítinn glerkassa
La petite boîte de verre était posée sous la table
Litli glerkassinn lá undir borðinu
Dans la boîte en verre se trouvait un tout petit gâteau
Í glerkassanum var mjög lítil kaka
Sur le gâteau, quelques mots étaient magnifiquement écrits
Á kökuna voru nokkur orð fallega skrifuð
les mots avaient été marqués dans des groseilles
Orðin höfðu verið merkt með rifsberjum
« MANGE-MOI »
"BORÐAÐU MIG"
« Eh bien, je vais manger le gâteau », dit Alice
"Jæja, ég skal borða kökuna," sagði Alice
« et si le gâteau me fait grossir, je peux atteindre la clé »

"og ef kakan fær mig til að stækka, get ég náð lyklinum"
« et si le gâteau me fait rapetisser, je peux me glisser sous la porte »
"og ef kakan lætur mig minnka, get ég læðst undir hurðina"
« Donc, de toute façon, j'irai dans le jardin »
"svo hvort heldur sem er, þá kem ég inn í garðinn"
« Et peu m'importe lequel des deux arrive ! »
"og mér er alveg sama hvor af þessu tvennu gerist!"
Elle a mangé un peu du gâteau
Hún borðaði smá af kökunni
et elle se parla anxieusement à elle-même :
og hún talaði áhyggjufull við sjálfa sig:
« Dans quel sens ? Dans quel sens ?
"Hvaða leið? Hvaða leið?"
et elle posa la main sur sa tête
og hún hélt hendinni á höfði sér
Elle voulait sentir de quelle façon elle grandissait
hún vildi finna hvernig hún væri að vaxa
Elle fut très surprise de découvrir ce qui s'était passé
hún var mjög hissa að komast að því hvað hafði gerst
Elle était restée de la même taille !
hún hafði haldist jafnstór!
Cette fois, elle redoubla donc d'efforts
Svo í þetta skiptið tvöfaldaði hún viðleitni sína
Et bientôt, elle termina tout le gâteau
og fljótlega kláraði hún alla kökuna

La mare de larmes

Tárapollurinn

« Cela devient de plus en plus intéressant ! » s'écria Alice

"Þetta verður sífellt áhugaverðara!" hrópaði Alice

Vous pouvez voir qu'elle était très surprise

Þú sérð að hún var mjög hissa

« Je m'ouvre comme le plus grand télescope qui ait jamais existé ! »

"Ég er að opna eins og stærsti sjónauki sem til er!"

« Au revoir, les pieds ! Oh, mes pauvres petits pieds"

"Bless, fætur! Ó, aumingja litlu fæturnir mínir"

« Je me demande qui va vous mettre vos chaussures maintenant, mes chères ? »

"Ætli hver fari í skóna fyrir ykkur núna, elskurnar?"

et je me demande qui mettra vos bas ?

"og ég velti því fyrir mér, hver ætlar að fara í sokkana þína?"

« Je serai beaucoup trop loin »

"Ég verð miklu of langt í burtu"

« Je ne pourrai plus me soucier de toi »

"Ég mun ekki geta haft áhyggjur af þér lengur"

Juste à ce moment, sa tête heurta quelque chose

Einmitt á þessu augnabliki rakst höfuð hennar á eitthvað

Elle avait atteint le toit de la salle

hún var komin upp á þak salarins

En fait, elle mesurait maintenant plus de deux mètres

reyndar var hún nú meira en tveggja metra á hæð

et elle prit aussitôt la petite clef d'or

og hún tók þegar í stað upp litla gulllykilinn

et elle se précipita vers la porte du jardin

og hún flýtti sér að garðdyrunum

Pauvre Alice ! Il n'y avait pas grand-chose qu'elle pouvait faire

Aumingja Alice! Það var ekki mikið sem hún gat gert

Elle s'allongea sur le côté

Hún lagðist á aðra hliðina

et elle regarda d'un œil dans le jardin

og hún horfði út í garðinn með öðru auganu

Mais s'en sortir était plus désespéré que jamais

en að komast í gegnum það var vonlausara en nokkru sinni
fyrr

Elle s'est assise et a recommencé à pleurer

Hún settist niður og byrjaði að gráta aftur

Elle a continué à verser des litres de larmes

Hún hélt áfram að fella lítra af tárum

Bientôt, il y eut une grande flaque tout autour d'elle

Fljótlega var stór laug allt í kringum hana

et l'eau atteignait la moitié du couloir

og vatnið náði hálfa leið niður ganginn

**Au bout d'un moment, elle entendit un petit claquement de
pieds**

Eftir smá stund heyrði hún smá fótaklapp

Elle entendit les pas venir de loin

hún heyrði fæturna koma úr fjarlægð

**et elle s'essuya vivement les yeux pour voir ce qui allait
arriver**

og hún þurrkaði augun í flýti til að sjá hvað væri í boði

C'était le retour du Lapin Blanc

Það var hvíta kanínan sem sneri aftur

Il était magnifiquement vêtu

hann var prýðilega klæddur

Il avait une paire de gants blancs dans une main

Hann var með hvíta hanska í annarri hendi

et il avait un grand éventail de plumes dans l'autre main

og hann var með stóra fjaðraviftu í hinni hendinni

Il arriva en trottinant en toute hâte

Hann kom brokkandi í miklum flýti

et il murmura en lui-même : « Oh ! la duchesse, la duchesse !

og hann muldraði við sjálfan sig: "Ó! hertogaynjan,
hertogaynjan!"

« Ah ! ne serait-elle pas sauvage si je l'ai fait attendre !

"Ó! verður hún ekki villimannleg ef ég hef látið hana bíða!"

Quand le Lapin s'approcha d'elle, Alice prit la parole
Þegar kanínan nálgaðist hana talaði Alice
Mais elle parlait d'une voix basse et timide
en hún talaði lágri og huglítilli röddu
« Monsieur, s'il vous plaît, arrêtez ce que vous faites un instant »
"Herra, vinsamlegast hættu því sem þú ert að gera í eitt augnablik"
Le Lapin sursauta violemment
Kanínunni brá harkalega
Il laissa tomber les gants blancs et l'éventail de plumes
Hann sleppti hvítu hönskunum og fjaðraviftunni
et il s'enfuit dans les ténèbres aussi vite qu'il le put
og hann flýtti sér út í myrkrið eins hratt og hann gat
Alice ramassa l'éventail en plumes et les gants
Alice tók upp fjaðraviftuna og hanskana
Et elle n'arrêtait pas de s'éventer tout en parlant
og hún hélt áfram að vifta sér á meðan hún hélt áfram að tala
« Cher, cher ! Comme tout est étrange aujourd'hui !
"Elskan, elskan! Hve undarlegt allt er í dag!"

« Hier, les choses se sont passées comme d'habitude »
"Í gær gengu hlutirnir alveg eins og venjulega"
« Étais-je le même quand je me suis levé ce matin ? »
"Var ég samur þegar ég fór á fætur í morgun?"
« Mais si je ne suis pas le même, il y a une autre question »
"En ef ég er ekki samur, þá er önnur spurning"
« Qui suis-je ? »
"Hver í ósköpunum er ég?"
« Ah, c'est le grand casse-tête ! »
"Ah, það er stóra púsluspilið!"
En disant cela, elle baissa les yeux sur ses mains
Á meðan hún sagði þetta leit hún niður á hendurnar
Elle portait l'un des petits gants blancs du lapin
Hún var með litla hvíta hanska kanínunnar
Elle n'avait pas remarqué qu'elle avait mis le gant en parlant
Hún hafði ekki tekið eftir því að hún setti á sig hanskann á
meðan hún talaði
« Comment ai-je pu faire cela ? » a-t-elle pensé
"Hvernig get ég gert það?" hugsaði hún
« Je dois redevenir petit »
"Ég hlýt að vera að verða lítill aftur"
Elle se leva et s'approcha de la table pour mesurer sa taille
Hún stóð upp og fór að borðinu til að mæla hæð sína
Elle a découvert qu'elle mesurait maintenant environ un
demi-mètre
hún komst að því að hún var nú um hálfur metri á hæð
et elle rétrécissait encore rapidement
og hún skreppti enn hratt saman
Elle découvrit rapidement quelle était la cause de ce
rétrécissement
Hún komst fljótlega að því hver orsök minnkunarinnar var
L'éventail de plumes la rendait encore plus petite !
fjaðraviftan var að gera hana minni aftur!
et elle laissa tomber l'éventail de plumes à la hâte
og hún sleppti fjaðraviftunni í flýti
Elle laissa tomber l'éventail de plumes juste à temps pour se
sauver

Hún missti fjaðraviftuna rétt í tæka tíð til að bjarga sér
**Si elle s'était éventée plus longtemps, elle se serait
complètement retirée**
ef hún hefði viftað sjálfri sér lengur hefði hún alveg skreppið í
burtu
« C'était une échappatoire de justesse ! » dit Alice
"Þetta var naumur undankomuleið!" sagði Alice
et elle fut bien effrayée de ce changement soudain
og hún varð töluvert hrædd við skyndilega breytinguna
**mais elle était très heureuse de se trouver encore en
existence**
en hún var mjög fegin að finna sjálfa sig enn til
« Et maintenant, en route pour le jardin ! »
"Og nú í garðinn!"
Et elle courut à toute vitesse vers la petite porte
Og hún hljóp af fullum krafti aftur að litlu dyrunum
Mais, hélas ! La petite porte fut refermée
En því miður! litlu hurðinni var lokað aftur
**et la petite clé d'or était de nouveau posée sur la table de
verre**
og litli gulllykillinn lá aftur á glerborðinu
« Les choses sont pires que jamais », pensa le pauvre enfant
"Ástandið er verra en nokkru sinni fyrr," hugsaði aumingja
barnið
« Je n'ai jamais été aussi petit que ça auparavant, jamais ! »
"Ég hef aldrei verið svona lítil áður, aldrei!"
En prononçant ces mots, son pied glissa
Þegar hún sagði þessi orð rann fótur hennar
et un instant plus tard, il y eut une grande éclaboussure !
og á öðru andartaki var mikið skvett!
Elle était dans l'eau salée jusqu'au menton
hún var upp að höku í saltvatni
**Sa première idée fut qu'elle était tombée d'une manière ou
d'une autre dans la mer**
Fyrsta hugmynd hennar var að hún hefði einhvern veginn
dottið í sjóinn
Cependant, elle s'est vite rendu compte dans quoi elle se

trouvait

Hún áttaði sig þó fljótt á því í hverju hún var

Elle était dans une mare de larmes

hún var í tárapolli

les larmes qu'elle avait versées quand elle avait deux mètres de haut

tárin sem hún hafði grátið þegar hún var tveggja metra á hæð

Juste à ce moment-là, elle entendit quelque chose

Einmitt þá heyrði hún eitthvað

Quelque chose barbotait dans la mare

eitthvað skvettist um í lauginni

Les éclaboussures venaient d'un peu de loin

skvettan kom skammt frá

et elle nagea plus près pour voir ce que c'était que les éclaboussures

og hún synti nær til að sjá hvað skvettan væri

Elle vit bientôt que ce n'était qu'une petite souris

Hún sá brátt að þetta var bara lítil mús

La petite souris s'était également glissée dans l'eau

Litla músin hafði líka smeygt sér út í vatnið

Alice réfléchit à la situation

Alice hugsaði með sér um stöðuna

« Serait-il utile de parler à cette souris ? »

"Væri eitthvað gagn að tala við þessa mús?"
« Tout est tellement à l'envers ici »
"Allt er svo á hvolfi hérna"
« Je pense que c'est très probable que cette souris peut parler »
"Ég myndi telja mjög líklegt að þessi mús geti talað"
« En tout cas, il n'y a pas de mal à essayer »
"Allavega, það er enginn skaði að reyna"
Alors elle a commencé à essayer de parler à la souris
Svo hún fór að reyna að tala við músina
« Oh Souris, sais-tu comment sortir de cette mare ? »
"Ó mús, veistu leiðina upp úr þessari laug?"
« Je suis bien fatigué de nager ici, ô souris ! »
"Ég er mjög þreytt á að synda hérna, ó mús!"
La souris la regarda d'un air assez inquisiteur
Músin horfði frekar forvitin á hana
La souris semblait cligner de l'œil avec l'un de ses petits yeux
músin virtist blikka með einu af litlu augunum
Mais la petite souris ne dit rien
en litla músin sagði ekkert
« Peut-être la souris ne comprend-elle pas l'anglais », pensa Alice
"Kannski skilur músin ekki ensku," hugsaði Alice
« J'ose dis-le que c'est une souris française »
"Ég þori að fullyrða að þetta sé frönsk mús"
« peut-être que cette souris est venue avec Guillaume le Conquérant »
"kannski kom þessi mús með Vilhjálmi sigurvegara"
Alors elle a recommencé, en français
Svo byrjaði hún aftur, á frönsku
« Où est mon chat ? » a-t-elle demandé en français
"Hvar er kötturinn minn?" spurði hún á frönsku
c'était la première phrase de son livre de leçons de français
það var fyrsta setningin í frönskukennslubókinni hennar
La souris fit un saut soudain hors de l'eau
Músin stökk skyndilega upp úr vatninu

et la souris semblait frémir de frayeur
og músin virtist titra um allt af hræðslu
— Oh ! je vous demande pardon ! s'écria vivement Alice
"Ó, ég bið þig fyrirgefningar!" hrópaði Alice í flýti
Elle craignait d'avoir blessé les sentiments du pauvre animal
hún var hrædd um að hún hefði sært tilfinningar aumingja
dýrsins
« J'oubliais que tu n'aimais pas les chats »
"Ég gleymdi alveg að þér líkaði ekki við ketti"
**« Je n'aime pas les chats ! » cria la Souris d'une voix aiguë et
passionnée**
"Mér líkar ekki við ketti!" hrópaði músin með nístandi og
ástríðufullri röddu
« Voudrais-tu des chats, si tu étais moi ? »
"Viltu ketti, ef þú værir ég?"
Alice réconforta la souris d'un ton apaisant
Alice huggaði músina í róandi tón
**« Eh bien, peut-être que je n'aimerais pas non plus les chats
si j'étais vous »**
"Jæja, kannski myndi ég ekki vilja ketti ef ég væri þú heldur"
**« S'il vous plaît, ne soyez pas en colère à propos de la
mention des chats »**
"Vinsamlegast ekki vera reiður yfir því að minnst sé á ketti"
**« Et pourtant, j'aimerais pouvoir te montrer notre chat
Dinah »**
"Og samt vildi ég að ég gæti sýnt þér köttinn okkar Dinu"
**« Si vous la rencontriez, je pense que vous prendriez goût
aux chats »**
"ef þú hittir hana held ég að þú myndir elska ketti"
« Si seulement vous pouviez la voir »
"Ef þú gætir bara séð hana"
« Elle est une chose si chère et si calme »
"Hún er svo elskuleg, hljóðlát fyrirbæri"
La souris tremblait de partout
Músin skalf út um allt
**Alice était certaine que la souris devait être vraiment
offensée**

Alice var viss um að músin hlyti að vera virkilega móðguð
« On ne parlera plus d'elle, si tu préfères ne pas le faire »
"Við tölum ekki um hana lengur, ef þú vilt það ekki"
« Nous, en effet ! » s'écria la Souris
"Já, svo sannarlega!" hrópaði músin
La souris tremblait jusqu'au bout de sa queue
Músin skalf niður að halaendanum
« Comme si je voulais parler d'un tel sujet ! »
"Eins og ég myndi tala um slíkt efni!"
« Notre famille a toujours détesté les chats »
"Fjölskyldan okkar hataði alltaf ketti"
"Les chats ; des choses méchantes, basses, vulgaires !
"kettir; viðbjóðslegir, lágir, dónalegir hlutir!"
« Ne me laissez plus entendre le nom ! »
"Ekki láta mig heyra nafnið aftur!"
— Je ne parlerai plus des chats, en effet, dit Alice
"Ég ætla ekki að minnast á ketti aftur!" sagði Alice
Elle était très pressée de changer de sujet
hún var mjög að flýta sér að skipta um umræðuefni
"Êtes-vous... Aimez-vous les chiens ?
"Ertu... Ertu hrifinn af hundum?"
« Il y a un petit chien si gentil près de notre maison, »
"Það er svo fallegur lítill hundur nálægt húsinu okkar,"
« Je voudrais te montrer le petit chien ! »
"Mig langar að sýna þér litla hundinn!"
"Ce petit chien tue tous les rats et...
"Þessi litli hundur drepur allar rotturnar og...
« Oh ! mon Dieu ! » s'écria Alice d'un ton triste
"Ó, elskan!" hrópaði Alice sorgmædd
« J'ai peur de t'avoir encore offensé ! »
"Ég er hræddur um að ég hafi móðgað þig aftur!"
La souris nageait loin d'elle aussi vite qu'elle le pouvait
Músin synti frá henni eins hratt og hún gat farið
et la souris fit tout un vacarme dans la mare
og músin gerði mikið uppnám í lauginni
Alors elle appela doucement la souris
Svo kallaði hún lágt á eftir músinni

« Ma chère souris, s'il vous plaît, revenez ! »
"Elsku músin mín, komdu aftur!"
« Et nous ne parlerons pas des chats »
"Og við munum ekki tala um ketti"
« Et nous n'avons pas non plus besoin de parler des chiens »
"Og við þurfum ekki að tala um hunda heldur"
Quand la souris entendit cela, elle se retourna
Þegar músin heyrði þetta sneri hún sér við
et la petite souris nagea lentement vers elle
og litla músin synti hægt aftur til hennar
Le visage de la souris était assez pâle
andlit músarinnar var alveg fölt
et la souris parla d'une voix basse et tremblante
og músin talaði lágri, skjálfandi röddu
« Allons à la rive »
"Förum í fjöruna"
« et ensuite je vous raconterai mon histoire »
"og þá skal ég segja þér sögu mína"
« et vous comprendrez pourquoi c'est moi qui déteste les
chats et les chiens »
"og þú munt skilja af hverju ég hata ketti og hunda"
Il était grand temps de partir
Það var kominn tími til að fara
parce que la piscine devenait assez bondée
vegna þess að sundlaugin var að verða ansi troðfull
D'autres oiseaux et animaux étaient tombés dans la mare
aðrir fuglar og dýr höfðu fallið í laugina
il y avait un Canard et un Dodo
það voru önd og dódó
et il y avait un oiseau Lory et un aiglon
og þar var Lory fugl og Eaglet
et il y avait plusieurs autres créatures intéressantes
og það voru nokkrar aðrar áhugaverðar verur
Alice a ouvert la voie à la sortie de la piscine
Alice leiddi leiðina út laugina
et toute la troupe des animaux nagea jusqu'au rivage
og allur flokkur dýra synti til strandar

Une course de caucus et une longue traîne
Kapphlaup og langur hali
C'était en effet une bande d'animaux à l'allure amusante
Þetta var svo sannarlega fyndinn hópur af dýrum
et ils se rassemblèrent tous sur le bord de l'eau
Og þeir söfnuðust allir saman á vatnsbakkanum
Les oiseaux avaient tous des plumes débraillées
fuglarnir voru allir með dregnar fjaðrir
et les animaux à fourrure étaient trempés
og loðnu dýrin voru gegnblaut í gegn
et tous étaient trempés, agacés et mal à l'aise
og allir voru rennandi blautir, pirraðir og óþægilegir

 **Il y avait une question à laquelle il fallait répondre en
premier**
Það var ein spurning sem þurfti að svara fyrst
**Quelle est la meilleure façon pour tout le monde de se
sécher ?**
Hver er besta leiðin fyrir alla til að verða þurr?
Ils ont tenu une consultation à ce sujet
Þeir höfðu samráð um þetta mál

Bientôt, ils furent tous en bons termes
Brátt voru þeir allir kunnugir
C'était comme si elle les avait connus toute sa vie
það var eins og hún hefði þekkt þá alla ævi
La souris semblait être une personne d'une certaine autorité
Músin virtist vera manneskja með nokkurt vald
« Asseyez-vous, vous tous, et écoutez-moi !
"Sestu niður, öll saman, og hlustið á mig!
« Je vais bientôt vous faire sécher à nouveau ! »
"Ég skal bráðum þurrka ykkur öll aftur!"
Ils s'assirent tous en même temps, dans un grand cercle
Þeir settust allir niður í senn, í stórum hring
et la petite souris s'assit au milieu
og litla músin sat í miðjunni
« Hum ! » dit la souris d'un air important
"Ahem!" sagði músin með þungum svip
« Êtes-vous tous prêts ? »
"Eruð þið öll tilbúin?"
« C'est la chose la plus sèche que je connaisse »
"Þetta er það þurrasta sem ég veit"
« Silence tout autour, s'il vous plaît ! »
"Þögn allt í kring, ef þú vilt!"
« Guillaume le Conquérant était favorisé par le pape »
"Vilhjálmur sigurvegari naut hylli páfa"
« mais il fut bientôt soumis par les Anglais »
"en hann var brátt undirgefinn af Englendingum"
« Ils voulaient des leaders ces derniers temps »
"Þeir vildu leiðtoga upp á síðkastið"
« et ils avaient été habitués au pouvoir et à la conquête »
"og þeir höfðu verið vanir völdum og landvinningum"
« Edwin et Morcar, les comtes de Mercie et de Northumbrie »
"Edwin og Morcar, jarlarnir af Mercia og Northumbria"
« Pouah ! » dit l'oiseau lori, avec un frisson
"Úff!" sagði lorifuglinn og hrollaði
« et même Stigand, l'archevêque patriote de Cantorbéry »
"og jafnvel Stigand, þjóðrækinn erkibiskup af Kantaraborg"

« Il l'a également trouvé opportun »
"Honum fannst það líka ráðlegt"
« Qu'a-t-il trouvé à propos ? » dit le canard
"Hvað var ráðlegt fyrir hann?" sagði öndin
— Il l'a trouvé opportun, répondit la souris d'un ton un peu contrarié
"Honum fannst það ráðlegt," svaraði músin heldur þvert
Mais le canard n'était pas satisfait
en öndin var ekki sátt
« Bien sûr, vous savez ce que 'it' signifie »
"Auðvitað veistu hvað "það" þýðir"
« Je sais ce que c'est quand je trouve quelque chose », dit le canard
"Ég veit hvað það er, þegar ég finn eitthvað," sagði öndin
« C'est généralement une grenouille ou un ver »
"Þetta er yfirleitt froskur eða ormur"
« La question est de savoir ce que l'archevêque a trouvé ?
"Spurningin er, hvað fann erkibiskupinn?"
La souris n'a pas remarqué cette question
Músin tók ekki eftir þessari spurningu
Au lieu de cela, la souris continua précipitamment son discours
Þess í stað hélt músin áfram með ræðuna í flýti
« il a jugé opportun d'aller avec Edgar Atheling »
"honum fannst ráðlegt að fara með Edgar Atheling"
« pour rencontrer Guillaume et lui offrir la couronne »
"að hitta Vilhjálm og bjóða honum krúnuna"
la souris continua, se tournant vers Alice pendant qu'elle parlait
músin hélt áfram og sneri sér að Alice um leið og hún talaði
« Comment allez-vous maintenant, ma chère ? »
"Hvernig hefurðu það núna, elskan mín?"
— Aussi mouillée que jamais, dit Alice d'un ton mélancolique
"Eins blaut og alltaf," sagði Alice í dapurlegum tón
« Cette histoire n'a pas l'air de me tarir du tout »
"Þessi saga virðist alls ekki þurrka mig"

— Dans ce cas, dit solennellement le dodo en se levant
"Ef svo er," sagði dódóinn hátíðlega og reis á fætur
« Je vote pour l'ajournement de la séance »
"Ég greiði atkvæði með því að fundinum verði frestað"
« et je propose l'adoption immédiate de remèdes plus énergiques »
"og ég legg til að tafarlaust verði tekin upp orkumeiri úrræði"
« Dis des paroles vraies ! » dit l'aiglon
"Tala sönn orð!" sagði örninn
« Je ne connais pas le sens de la moitié de ces longs mots »
"Ég veit ekki hvað helmingurinn af þessum löngu orðum þýðir"
et, qui plus est, je ne crois pas que vous le sachiez non plus !
"og það sem meira er, ég trúi ekki að þú vitir það heldur!"
— Ce que j'allais dire, dit le dodo d'un ton offensé
"Það sem ég ætlaði að segja," sagði dódóinn móðgaður
« La meilleure chose à faire pour nous sécher serait une course au caucus »
"Það besta til að koma okkur þurrum væri caucus-kapphlaup"
« Qu'est-ce qu'une course de caucus ? » demanda Alice
"Hvað er caucus-kynþáttur?" sagði Alice

« Eh bien, » dit le dodo, « la meilleure façon de l'expliquer,
c'est de le faire »
"Jæja," sagði dódóinn, "besta leiðin til að útskýra það er að
gera það"
« D'abord, le dodo a tracé un parcours »
"Fyrst markaði dódóinn kappreiðabraut"
« La piste était dans une sorte de cercle »
"Lagið var í eins konar hring"
« Et puis tout le groupe a été placé le long du parcours »
"og svo var öllum flokknum komið fyrir meðfram brautinni"
Il n'y avait pas de « Un, deux, trois et c'est parti ! »
Það var ekkert "Einn, tveir, þrír og burt!"
Mais ils ont commencé à courir quand ils voulaient
en þeir byrjuðu að hlaupa þegar þeir vildu
et ils finissaient aussi quand ils le voulaient
og þeir kláruðu líka þegar þeir vildu
Il n'était donc pas facile de savoir quand la course était
terminée
Það var því ekki auðvelt að vita hvenær keppninni væri lokið
Après environ une demi-heure de course, ils étaient tous
assez secs
eftir hálftíma eða svo hlaup voru þeir allir frekar þurrir
le dodo s'écria soudain : « La course est finie ! »
kallaði dódóinn skyndilega: "Kapphlaupinu er lokið!"
Et ils se pressèrent tous autour du Dodo
og þeir þyrptust allir í kringum dódóinn
Tous les animaux haletaient et soufflaient
öll dýrin másuðu og blésu
et tous voulaient savoir : « Mais qui a gagné ? »
og þeir vildu allir vita: "En hver hefur unnið?"
Le dodo ne pouvait pas répondre immédiatement à cette
question
Þessari spurningu gat dódóinn ekki svarað strax
D'abord, il a dû beaucoup réfléchir
fyrst þurfti hann að hugsa mikið
Après mûre réflexion, le dodo finit par parler
Eftir mikla umhugsun tók dódóinn loksins til máls

« Tout le monde a gagné, et tous doivent avoir des prix »
"Allir hafa unnið og allir verða að hafa verðlaun"
« Mais qui doit donner les prix ? » demanda un chœur de voix
"En hver á að veita verðlaunin?" spurði kór radda
— Eh bien, elle, bien sûr, dit le dodo
"Jæja, hún auðvitað," sagði dódóinn
et le dodo pointa d'un doigt vers Alice
og dódóinn benti með einum fingri á Alice
et toute la troupe des animaux se pressait autour d'elle
og allur flokkurinn af dýrum þyrptist í kringum hana
ils ont crié, d'une manière confuse : « Des prix ! Des prix !
þeir hrópuðu ráðvilltir: "Verðlaun! Verðlaun!"
Alice n'avait aucune idée de ce qu'elle devait faire
Alice hafði ekki hugmynd um hvað hún ætti að gera
Désespérée, elle mit la main dans sa poche
Í örvæntingu stakk hún hendinni í vasann
Et elle en sortit une boîte de bonbons
og hún dró upp sælgætiskassa
Heureusement, l'eau salée n'était pas entrée dans la boîte
Til allrar hamingju var saltvatnið ekki komið í kassann
et elle a distribué les bonbons comme prix
og hún rétti sælgætið í verðlaun
Il y avait exactement une pièce pour tout le monde
Það var nákvæmlega eitt stykki fyrir alla
La prochaine chose qu'ils devaient faire était de manger les bonbons
Það næsta sem þeir þurftu að gera var að borða sælgætið
Cela a causé du bruit et de la confusion
Þetta olli nokkrum hávaða og ruglingi
Les grands oiseaux se plaignaient de ne pas pouvoir goûter leurs bonbons
Stóru fuglarnir kvörtuðu yfir því að þeir gætu ekki smakkað sætindin þeirra
Les petits s'étouffaient et devaient être tapotés dans le dos
þeir litlu kafnuðu og þurfti að klappa þeim á bakið
Cependant, c'était enfin fini

En það var loksins búið
Et ils se rassirent en cercle
Og þeir settust aftur í hring
**et ils supplièrent la souris de leur dire quelque chose de
plus**
og þeir báðu músina að segja þeim eitthvað meira
**— Vous m'avez promis de me raconter votre histoire, vous
savez, dit Alice**
"Þú lofaðir að segja mér sögu þína, þú veist," sagði Alice
et elle fit une autre petite remarque sur les chats à voix basse
og hún sagði aðra litla athugasemd um ketti í hvísli
Elle ne voulait pas offenser à nouveau la souris
Hún vildi ekki móðga músina aftur
la petite souris se tourna vers Alice et soupira
litla músin sneri sér að Alice og andvarpaði
« Ma conte est long et triste ! »
"Mín er löng og sorgleg saga!"
— C'est une longue queue, certainement, dit Alice
"Þetta er vissulega langur hali," sagði Alice
**et elle baissa les yeux avec étonnement sur la queue de la
souris**
og hún leit undrandi niður á skottið á músinni
« Mais pourquoi appelez-vous cela une queue triste ? »
"En af hverju kallarðu það sorglegan hala?"
**Et elle n'arrêtait pas de s'interroger à ce sujet pendant que la
souris parlait**
Og hún hélt áfram að velta því fyrir sér meðan músin talaði
**de sorte que son idée de l'histoire était quelque chose
comme ceci**
þannig að hugmynd hennar um söguna var eitthvað á þessa
leið

"Fury said to
a mouse, That
he met in the
house, 'Let
us both go
to law: *I*
will prosecute
you.—
Come, I'll
take no denial:
We must have
the trial;
For really
this morning
I've
nothing
to do.'
Said the
mouse to
the cur,
'Such a
trial, dear
sir, With
no jury
or judge,
would
be wasting
our
breath.'
'I'll be
judge,
I'll be
jury,'
said
cunning
old
Fury;
'I'll
try
the
whole
cause,
and
condemn
you to
death.'"

 Fury dit à une souris : Qu'il s'est rencontré dans la maison.
Reiði sagði við mús: "Hann hittist í húsinu"
Allons tous les deux en justice, je vous poursuivrai
Við skulum báðir fara til laga: Ég mun sækja þig til saka
**Allons, je n'accepterai aucun démenti : il faut que nous
fassions l'épreuve**
Komdu, ég skal ekki neita: Við verðum að hafa réttarhöldin
Car vraiment ce matin je n'ai rien à faire
Í raun og veru í morgun hef ég ekkert að gera
Dit la souris au maudit ;
Sagði músin við bölvunina;

**Un tel procès, cher monsieur, sans jury ni juge, nous ferait
perdre notre souffle**
Slík réttarhöld, kæri herra, án kviðdóms eða dómara, væru að
sóa andanum
« Je serai juge, je serai jury », dit le vieux rusé Fury
"Ég verð dómari, ég verð kviðdómur," sagði hinn lævísi gamli
Fury
Je vais juger toute la cause, et je vous condamnerai à mort
Ég skal reyna allan málstaðinn og dæma þig til dauða
la souris parla sévèrement à Alice
músin talaði alvarlega við Alice
« Tu ne fais pas attention ! »
"Þú ert ekki að fylgjast með!"
« À quoi pensez-vous ? »
"Hvað ertu að hugsa um?"
— Je vous demande pardon, dit Alice très humblement
"Ég bið þig fyrirgefningar," sagði Alice mjög auðmjúk
« Tu étais arrivé au cinquième virage, je crois ? »
"þú varst kominn í fimmtu beygjuna, held ég?"
« Vous m'insultez en disant de telles bêtises ! »
"Þú móðgar mig með því að tala svona vitleysu!"
Et la souris se leva et s'éloigna
Og músin stóð upp og gekk í burtu
Alice appela la petite souris
Alice kallaði á eftir litlu músinni
« S'il vous plaît, revenez et terminez votre histoire ! »
"Vinsamlegast komdu aftur og kláraðu söguna þína!"
Et les autres se joignirent tous en chœur
Og hinir tóku allir þátt í kór
« Oui, s'il vous plaît, terminez votre histoire ! »
"Já, vinsamlegast kláraðu söguna þína!"
Mais la souris se contenta de secouer la tête avec impatience
En músin hristi bara höfuðið óþolinmóð
et la petite souris marchait un peu plus vite
og litla músin gekk aðeins hraðar
« Je voudrais bien avoir Dinah, notre chat, ici ! » dit Alice
"Ég vildi að ég hefði Dinah, köttinn okkar, hérna!" sagði Alice

Cela provoqua une sensation remarquable parmi le parti
Þetta olli ótrúlegri tilfinningu meðal flokksins
Quelques-uns des oiseaux se hâtèrent de s'éloigner
Sumir fuglanna flýttu sér strax af stað
et un canari appela d'une voix tremblante ses enfants ;
og kanarífugl kallaði skjálfandi röddu til barna sinna;
« Allez-vous-en, mes chères ! »
"Komið burt, elskurnar mínar!"
« Il est grand temps que vous soyez tous au lit ! »
"Það er kominn tími til að þið séuð öll komin í rúmið!"
Avec diverses excuses, ils sont tous partis
Með ýmsum afsökunum fóru þeir allir í burtu
et Alice se retrouva bientôt seule
og Alice var brátt ein eftir
« J'aurais aimé ne pas avoir mentionné Dinah ! »
"Ég vildi að ég hefði ekki minnst á Dinu!"
« Personne n'a l'air de l'aimer ici »
"Enginn virðist vera hrifinn af henni hérna niðri"
« Mais je suis sûr que c'est la meilleure chatte du monde ! »
"en ég er viss um að hún er besti köttur í heimi!"
La pauvre Alice se remit à pleurer
Aumingja Alice fór aftur að gráta
parce qu'elle se sentait très seule et déprimée
vegna þess að henni fannst hún mjög einmana og lítilfjörug
Au bout de peu de temps, cependant, elle entendit de nouveau quelque chose
En eftir litla stund heyrði hún aftur eitthvað
un petit bruit de pas au loin
smá fótatak í fjarska
et elle leva les yeux avec impatience
og hún leit upp ákaft

Le lapin envoie le petit M. Bill
Kanínan sendir inn litla herra Bill

C'était le lapin blanc, qui revenait lentement au trot
Það var hvíta kanínan, sem brokkaði hægt til baka aftur
Il regardait anxieusement autour de lui en chemin
Hann horfði áhyggjufullur í kringum sig á meðan hann fór
Il avait l'air d'avoir perdu quelque chose
hann leit út eins og hann hefði misst eitthvað
Alice l'entendit marmonner pour lui-même
Alice heyrði hann muldra við sjálfa sig
— La duchesse ! La Duchesse ! Oh, mes chères pattes !
"Hertogaynjan! Hertogaynjan! Ó, elsku loppurnar mínar!"
« Oh, ma fourrure et mes moustaches ! »
"Ó, feldurinn minn og hárhár!"
« Elle va me faire exécuter, j'en suis sûr »
"Hún mun taka mig af lífi, ég er viss um það"
« Aussi sûr que les furets sont des furets ! »
"Alveg eins víst og frettur eru frettur!"
« Où ai-je pu laisser tomber mes affaires, je me demande ? »
"Hvar get ég hafa misst dótið mitt, velti ég fyrir mér?"

Alice devina en un instant ce qu'il cherchait
Alice giskaði á augnabliki hvað hann væri að leita að
Il cherchait l'éventail de plumes
Hann var að leita að fjaðraviftunni
et il cherchait la paire de gants blancs
og hann var að leita að hvítu hönskunum
Elle se mit donc très gentiment à chercher les gants
Svo hún fór mjög góðlátlega að leita að hönskunum
Et elle chercha aussi l'éventail de plumes
og hún leitaði líka að fjaðraviftunni
Mais les gants et l'éventail de plumes étaient introuvables
en hanskarnir og fjaðraviftan voru hvergi sjáanleg
Tout semblait avoir changé depuis sa baignade dans la piscine
Allt virtist hafa breyst síðan hún synti í lauginni
Rien n'était pareil depuis qu'elle était dans la grande salle
ekkert var eins síðan hún hafði verið í stóra salnum
et la table de verre avait disparu
og glerborðið var horfið
Et la petite porte n'était pas là non plus
og litla hurðin var ekki þar heldur
Très vite, le lapin remarqua Alice
Mjög fljótlega tók kanínan eftir Alice
Il l'appela d'un ton furieux
Hann kallaði til hennar í reiðilegum tón
« Mary Ann, que fais-tu ici ? »
"Mary Ann, hvað ertu að gera hérna úti?"
« Rentre chez toi à l'instant même »
"Hlauptu heim á þessu augnabliki"
« Et apporte-moi une paire de gants et un éventail de plumes ! »
"og sæktu mér hanska og fjaðraviftu!"
« Et faites vite ! »
"Og vertu fljótur að því!"
Alice se parlait à elle-même en s'enfuyant
Alice talaði við sjálfa sig þegar hún hljóp af stað
— Il a dû me prendre pour sa femme de chambre !

"Hann hlýtur að hafa misskilið mig fyrir vinnukonu sinni!"
« Comme il sera surpris quand il découvrira qui je suis ! »
"Hve hissa hann verður þegar hann kemst að því hver ég er!"
En disant cela, elle tomba sur une petite maison soignée
Þegar hún sagði þetta kom hún að snyrtilegu litlu húsi
Sur la porte de la maison se trouvait une plaque de laiton brillant
á húsdyrum var björt látúnsplata
« W. LAPIN »
"W. KANÍNA"
Elle entra sans frapper à la porte
Hún gekk inn án þess að banka á dyrnar
et elle se hâta de monter l'escalier
og hún flýtti sér beint upp á efri hæðina
elle craignait de rencontrer la vraie Mary Ann
hún hafði áhyggjur af því að hún gæti hitt hina raunverulegu Mary Ann
parce qu'alors elle serait chassée de la maison
því þá yrði henni vísað út úr húsinu
et elle ne pourrait pas trouver l'éventail de plumes et les gants
og hún myndi ekki geta fundið fjaðraviftuna og hanskana
Alice s'était frayé un chemin dans une petite pièce bien rangée
Alice hafði ratað inn í snyrtilegt lítið herbergi
Dans la pièce, il y avait une table près de la fenêtre
í herberginu var borð við gluggann
et sur la table, il y avait un éventail de plumes
og á borðinu var fjaðravifta
et il y avait deux ou trois paires de petits gants blancs
og það voru tvö eða þrjú pör af litlum hvítum hönskum
Elle ramassa l'éventail en plumes et une paire de gants
Hún tók upp fjaðraviftuna og par af hönskunum
et elle allait quitter la pièce
og hún var í þann mund að yfirgefa herbergið
mais alors ses yeux tombèrent sur une petite bouteille
en þá féllu augu hennar á litla flösku

Elle déboucha la bouteille et la porta à ses lèvres
Hún tók tappann af flöskunni og setti hana að vörum sér
« J'espère que cela me fera redevenir grand »
"Ég vona að það fái mig til að stækka aftur"
« J'en ai marre d'être une toute petite chose ! »
"Ég er þreytt á að vera svona pínulítill hlutur!"
Alice avait à peine bu la moitié de la bouteille
Alice hafði varla drukkið hálfa flöskuna
Sa tête était déjà appuyée contre le plafond
Höfuð hennar þrýstist þegar upp í loftið
et elle dut se baisser
og hún varð að beygja sig niður
pour sauver son cou d'être brisé
til að bjarga hálsi hennar frá því að brotna
Elle posa précipitamment la bouteille
Hún lagði flöskuna frá sér í flýti
« C'est bien assez »
"Það er alveg nóg"
« J'espère que je ne grandirai plus »
"Ég vona að ég vaxi ekki lengur"
Hélas! Il était trop tard pour souhaiter cela !
Því miður! Það var of seint að óska þess!
Elle n'a cessé de grandir
Hún hélt áfram að vaxa og vaxa
et très vite elle dut s'agenouiller sur le sol
og mjög fljótlega varð hún að krjúpa á gólfið
Et même alors, elle a continué à grandir
og jafnvel þá hélt hún áfram að vaxa
Comme dernière ressource, elle passa un bras par la fenêtre
Sem síðasta úrræði setti hún annan handlegginn út um
gluggann
et elle mit un pied dans la cheminée
og hún setti annan fótinn upp í strompinn
« Maintenant, je ne peux plus faire, quoi qu'il arrive »
"Nú get ég ekki meira, hvað sem gerist"
« Que vais-je devenir ? »
"Hvað verður um mig?"

Alice a eu un peu de chance
Alice var heppin
La petite bouteille magique avait fait son plein effet
Litla töfraflaskan hafði haft full áhrif
et Alice ne grandit pas plus qu'elle n'était
og Alice varð ekki stærri en hún var
Au bout de quelques minutes, elle entendit une voix à l'extérieur
Eftir nokkrar mínútur heyrði hún rödd fyrir utan
et elle s'arrêta pour écouter la voix
og hún nam staðar til að hlusta á röddina
« Mary Ann ! Mary Ann ! dit la voix
"María Ann! Mary Ann!" sagði röddin
« Apporte-moi mes gants tout de suite ! »
"Sæktu mig hanskana mína á þessari stundu!"
Puis vint un petit claquement de pieds dans l'escalier
Svo kom smá fótaklapp á stiganum
Alice savait que c'était le lapin qui venait la chercher
Alice vissi að það var kanínan sem kom að leita að henni
et elle trembla jusqu'à faire trembler la maison

Og hún skalf þar til hún hristi húsið
elle oublia tout à fait quelles étaient ses proportions
hún gleymdi alveg hver hlutföll hennar voru
Elle était mille fois plus grosse que le lapin
hún var þúsund sinnum stærri en kanínan
et elle n'avait aucune raison d'avoir peur d'un lapin
og hún hafði enga ástæðu til að vera hrædd við kanínu
Bientôt le lapin s'approcha de la porte
Um leið kom kanínan að dyrunum
et le petit lapin essaya d'ouvrir la porte
og litla kanínan reyndi að opna dyrnar
La porte a commencé à s'ouvrir vers l'intérieur
hurðin byrjaði að opnast inn á við
mais le coude d'Alice était fortement appuyé contre la porte
en olnboga Alice þrýstist fast að hurðinni
Cette tentative s'est avérée un échec
sú tilraun reyndist misheppnuð
Alice entendit le lapin se parler à lui-même
Alice heyrði kanínuna tala við sjálfa sig
« Ensuite, je vais faire le tour et entrer par la fenêtre »
"Þá fer ég í kringum og kem inn um gluggann"
« Que tu ne le feras pas ! » pensa Alice
"Það gerir þú ekki!" hugsaði Alice
Et elle attendit encore un peu
Og hún beið aftur dálítið
Bientôt, elle entendit le lapin juste sous la fenêtre
Brátt heyrði hún í kanínunni rétt undir glugganum
Elle étendit soudain la main
Hún rétti skyndilega út höndina
et elle fit une prise en l'air
og hún hrifsaði upp í loftið
Elle n'a rien attrapé
Hún náði ekki í neitt
mais elle entendit un petit cri et une chute
en hún heyrði lítið öskur og fall
et elle entendit un fracas de verre brisé
og hún heyrði brak úr glerbrotum

Peut-être le lapin était-il tombé
kannski hafði kanínan dottið
Peut-être était-il dans une serre
kannski var hann í grænu húsi
Puis vint une voix en colère ; La voix du lapin
Því næst kom reiðileg rödd; Rödd kanínunnar
« Pat, où es-tu ? »
"Pat, hvar ertu?"
Et puis vint une voix qu'elle n'avait jamais entendue
auparavant
Og þá kom rödd sem hún hafði aldrei heyrt áður
« Votre honneur, je suis là ! »
"Heiður þinn, ég er hér!"
« Je creuse pour trouver des pommes »
"Ég er að grafa eftir eplum"
« Ici ! Venez m'aider à m'en sortir !
"Hérna! Komdu og hjálpaðu mér út úr þessu!"
« Maintenant, dis-moi, Pat, qu'est-ce qu'il y a dans la fenêtre
? »
"Segðu mér nú, Pat, hvað er þetta í glugganum?"
« Bien sûr, Votre Honneur, je vais vous le dire »
"Jú, heiður þinn, ég skal segja þér það"
« C'est un bras qui est dans la fenêtre ! »
"Það er handleggur sem er í glugganum!"
« Eh bien, un bras n'a rien à faire là-bas »
"Jæja, armur á ekkert erindi þar"
« Va et enlève le bras ! »
"Farðu og taktu handlegginn í burtu!"
Il y eut un long silence après cela
Það varð löng þögn eftir þetta
et Alice n'entendait que des chuchotements de temps en
temps
og Alice heyrði bara hvísl af og til
et enfin elle étendit de nouveau la main
og loks rétti hún út höndina aftur
et elle fit une autre arrachée dans les airs
og hún hrifsaði enn eitt í loftið

Cette fois, il y eut deux petits cris

Í þetta skiptið heyrðust tvö lítil öskur

et il y avait d'autres bruits de verre brisé

og það heyrðust fleiri glerbrot

« Je me demande ce qu'ils vont faire ensuite ! » pensa Alice

"Ég velti því fyrir mér hvað þau geri næst!" hugsaði Alice

« J'aimerais qu'ils me tirent par la fenêtre »

"Ég vildi að þeir myndu draga mig út um gluggann"

Elle attendit un certain temps

Hún beið í nokkurn tíma

Mais pendant un moment, elle n'entendit plus rien

en um tíma heyrði hún ekkert meira

Enfin, il y eut un grondement de petites roues

Loks heyrðist gnýr í litlum hjólum

et il y eut le son d'un bon nombre de voix

Og þar heyrðust margar raddir

Toutes les voix parlaient ensemble

allar raddirnar töluðu saman

Elle pouvait distinguer certaines des paroles

Hún gat greint sum orðin

« Où est l'autre échelle ? »

"Hvar er hinn stiginn?"

« Bill a l'autre échelle »

"Bill er með hinn stigann"

« Bill, viens ici ! »

"Bill, komdu hingað!"

« Le toit va-t-il supporter le fardeau ? »

"Mun þakið bera byrðina?"

« Qui veut descendre par la cheminée ? »

"Hver vill fara niður í strompinn?"

— Non, je ne le ferai pas ! Vous le faites !

"Nei, ég skal ekki gera það! Þú gerir það!"

« Tiens, Bill ! »

"Hérna, Bill!"

« Le maître dit qu'il faut descendre par la cheminée ! »

"Húsbóndinn segir að þú verðir að fara niður strompinn!"

Alice descendit son pied aussi loin qu'elle le put dans la

cheminée
Alice dró fótinn eins langt niður strompinn og hún gat
Et puis elle attendit de voir ce qui allait arriver
og svo beið hún eftir að sjá hvað væri í boði
Elle entendit un petit animal gratter et se débattre
Hún heyrði lítið dýr klóra og skreppa
Le petit animal doit être dans la cheminée
litla dýrið verður að vera í strompnum
Puis elle donna un coup de pied sec
svo gaf hún eitt snöggt spark
et elle attendit de voir ce qui allait se passer ensuite
og hún beið eftir að sjá hvað myndi gerast næst
Elle entendit un chœur général de voix
hún heyrði almennan kór radda
« Voilà Bill ! » dirent-ils tous
"Þarna fer Bill!" sögðu þeir allir
Puis elle entendit la voix du lapin seule
Þá heyrði hún rödd kanínunnar eina
« Toi par la haie, attrape-le ! »
"Þú við limgerðið, náðu honum!"
Il y eut un autre moment de silence
það varð önnur þögn
Et puis il y eut une autre confusion de voix
og svo varð annar ruglingur í röddum
« Lève la tête, Brandy »
"Haltu höfðinu uppi, Brandy"
« Attention à ne pas l'étouffer »
"Gættu þess að kæfa hann ekki"
« Qu'est-ce qui t'est arrivé ? »
"Hvað kom fyrir þig?"
Enfin, une petite voix faible et grinçante est apparue
Síðast kom lítil veikburða, tístandi rödd
« Eh bien, je n'en sais presque pas plus »
"Jæja, ég veit varla meira"
« merci à tous, je vais mieux maintenant »
"takk öll, ég er betri núna"
« il y a une chose dont je peux me souvenir »

"það er eitt sem ég man eftir"
« Quelque chose vient à moi comme un train dans un tunnel »
"Eitthvað kemur að mér eins og lest í göngum"
« Et je vole comme une fusée ! »
"og upp flýg ég eins og eldflaug!"
Il y eut une minute ou deux de silence
Það var ein eða tvær mínútur af þögn
puis ils ont recommencé à se déplacer
og síðan tóku þeir að hreyfa sig aftur
et Alice entendit de nouveau le Lapin parler
og Alice heyrði kanínuna tala aftur
« Une brouette fera l'affaire, pour commencer »
"Til að byrja með dugar haugfylli"
« Une brouette pleine de quoi ? » pensa Alice
"Haugfylli af hverju?" hugsaði Alice
Mais elle ne fut pas tenue en suspens longtemps
En henni var ekki haldið lengi í spennu
Une pluie de petits cailloux est passée par la fenêtre
Lítil smásteinaregn kom inn um gluggann
et quelques petits cailloux l'ont frappée au visage
og sumir af litlu smásteinunum lentu í andlitinu á henni
Alice fut surprise par les petits cailloux
Alice var hissa á litlu smásteinunum
Tous les petits cailloux se transformaient en gâteaux
allir litlu smásteinarnir voru að breytast í kökur
et une idée lumineuse lui vint à l'esprit
og björt hugmynd kom upp í huga hennar
« Je devrais manger un de ces gâteaux »
"Ég ætti að borða eina af þessum kökum"
« Le gâteau ne manquera pas de faire changer ma taille »
"Kaka mun örugglega breyta stærðinni minni"
Alors elle a avalé l'un des gâteaux
Svo hún gleypti eina kökuna
et elle fut ravie de constater qu'elle commençait à rétrécir
og hún var ánægð að komast að því að hún fór að skreppa saman

Bientôt, elle fut assez petite pour franchir la porte
brátt var hún orðin nógu lítil til að komast inn um dyrnar
Elle s'est enfuie de la maison
Hún hljóp út úr húsinu
Une foule de petits animaux et d'oiseaux attendaient dehors
Fjöldi lítilla dýra og fugla beið fyrir utan
tous les petits oiseaux et les petits animaux se précipitèrent sur Alice
allir litlu fuglarnir og dýrin hlupu á Alice
Mais elle s'enfuit aussi vite qu'elle le put
en hún hljóp burt eins hratt og hún gat
et bientôt elle se trouva en sécurité dans un bois épais
og brátt fann hún sig örugga í þykkum skógi
Alice errait dans les bois
Alice ráfaði um í skóginum
Et elle pensa en elle-même :
Og hún hugsaði með sér:
« Je sais ce que je dois faire en premier »
"Ég veit hvað ég þarf að gera fyrst"
« Je dois d'abord grandir à ma bonne taille »
"fyrst þarf ég að vaxa í rétta stærð aftur"
« et puis je dois trouver mon chemin dans ce joli jardin »
"og þá verð ég að rata inn í þennan yndislega garð"
« Je suppose que je devrais manger ou boire quelque chose ou autre »
"Ég ætti ekki að borða eða drekka eitt eða annað"
« Mais la question est de savoir ce que je dois manger ou boire ? »
"en spurningin er hvað á ég að borða eða drekka?"
Alice regarda tout autour d'elle les fleurs
Alice leit í kringum sig á blómin
et elle regarda à travers les brins d'herbe
og hún leit í gegnum grasstráin
mais elle ne voyait rien à manger ni à boire
en hún sá ekkert að borða eða drekka
Rien ne semblait être la bonne chose à manger ou à boire
Ekkert leit út fyrir að vera réttur hlutur til að borða eða drekka

Il y avait un gros champignon qui poussait près d'elle
Það var stór sveppur að vaxa nálægt henni
le champignon était à peu près de la même taille qu'Alice
sveppurinn var um það bil jafn hár og Alice
Elle s'étira sur la pointe des pieds
Hún teygði sig upp á tánum
Et elle jeta un coup d'œil par-dessus le bord du champignon
og hún gægðist yfir brún sveppsins
**Ses yeux rencontrèrent immédiatement les yeux d'une
grande chenille bleue**
Augu hennar mættu strax augum stórrar blárrar maðks
La chenille était assise sur le sommet du champignon
Larfan sat efst á sveppnum
et la chenille avait croisé tous ses bras
og maðkurinn hafði krosslagt alla handleggi sína
et il fumait tranquillement un long narguilé
og hann reykti hljóðlega langa vatnspípu
et il ne faisait pas la moindre attention à rien
og hann tók ekki minnstu gaum að neinu
et il n'a certainement pas fait attention à Alice
og hann veitti Alice svo sannarlega ekki athygli

Les conseils d'une chenille
Ráð frá maðki

Finalement, la chenille a retiré le narguilé de sa bouche
Loksins tók lirfan vatnspípuna úr munni sér
et il s'adressa à Alice d'une voix languissante et endormie
og hann ávarpaði Alice með sljóri, syfjaðri röddu
« Qui es-tu ? » demanda la chenille
"Hver ert þú?" sagði lirfan

Alice a répondu, plutôt timidement : « Je sais à peine, monsieur. »
Alice svaraði frekar feimnislega: "Ég veit það varla, herra"
« Juste pour le moment, c'est un peu... »
"Bara í augnablikinu er þetta allt svolítið..."
« Je sais qui j'étais quand je me suis levé ce matin" »
"Ég veit hver ég var þegar ég fór á fætur í morgun""
« mais je pense que j'ai dû changer plusieurs fois depuis »
"en ég held að ég hljóti að hafa breyst nokkrum sinnum síðan þá"
« Qu'est-ce que tu veux dire par là ? » dit la chenille
"Hvað meinarðu með því?" sagði lirfan

sévèrement, la chenille lui demanda de s'expliquer

Stranglega bað lirfan hana að útskýra sig

— Je ne peux pas m'expliquer, j'en ai peur, monsieur, dit
Alice

"Ég get ekki útskýrt mig, ég er hræddur um, herra," sagði
Alice

« parce que je ne suis pas moi-même »

"Af því að ég er ekki ég sjálf"

« Vous voyez, être de tant de tailles différentes en une
journée, c'est très déroutant »

"Þú sérð, að vera svo margar mismunandi stærðir á einum
degi er mjög ruglingslegt"

Elle se redressa et dit très gravement :

Hún reif sig upp og sagði mjög alvarlega:

« Je pense que tu devrais me dire qui tu es, en premier »

"Ég held að þú ættir að segja mér hver þú ert, fyrst"

« Pourquoi ? » demanda la chenille

"Hvers vegna?" sagði lirfan

Alice ne voyait aucune bonne raison

Alice gat ekki hugsað sér neina góða ástæðu

et la chenille semblait être dans un état d'esprit très
désagréable

og lirfan virtist vera í mjög óþægilegu hugarástandi

alors elle s'en retourna

Svo hún sneri sér undan

« Reviens ! » la chenille l'appela

"Komdu aftur!" kallaði lirfan á eftir henni

« J'ai quelque chose d'important à dire ! »

"Ég hef eitthvað mikilvægt að segja!"

Alice se retourna et revint

Alice sneri sér við og kom aftur

« Garde ton sang-froid », dit la chenille

"Haltu skapi þínu," sagði lirfan

— C'est tout ? dit Alice

"Er það allt og sumt?" sagði Alice

Et elle ravala sa colère de son mieux

og hún kyngdi reiði sinni eins vel og hún gat

« Non, » dit la chenille

"Nei," sagði lirfan

La chenille déplia ses bras

lirfan breiddi út handleggina

Et il retira le narguilé de sa bouche

Og hann tók vatnspípuna úr munni sér aftur

et il a dit : « Vous pensez donc que vous avez changé, n'est-ce pas ? »

og hann sagði: "Svo þú heldur að þú sért breyttur, er það?"

— J'ai peur, je suis changée, monsieur, dit Alice

"Ég er hræddur um að ég sé breyttur, herra," sagði Alice

« Je ne me souviens plus des choses comme je m'en souvenais »

"Ég man ekki hlutina eins og ég var vanur að muna þá"

« et je ne reste pas plus de dix minutes de la même taille ! »

"og ég er ekki í sömu stærð í meira en tíu mínútur!"

« Quelle taille veux-tu faire ? » demanda la chenille

"Hvaða stærð viltu vera?" spurði lirfan

— Oh, ma taille ne me dérange pas particulièrement, répondit vivement Alice

"Ó, mér er alveg sama hvaða stærð ég er," svaraði Alice í flýti

« Je n'aime pas changer de taille si souvent, vous savez »

"Mér finnst bara ekki gaman að skipta um stærð svona oft, þú veist"

« J'aimerais être un peu plus grand, monsieur »

"Mig langar að vera aðeins stærri, herra"

— Si cela ne vous dérange pas, ajouta Alice

"ef þér væri sama," bætti Alice við

« Dix centimètres, c'est une taille si misérable »

"Tíu sentímetrar er svo ömurleg hæð að vera"

« C'est une très bonne hauteur en effet ! » dit la chenille avec colère

"Það er mjög góð hæð!" sagði lirfan reiðilega

et il se redressa tout en parlant

Og hann reis uppréttur meðan hann talaði

Il mesurait exactement dix centimètres de haut

Hann var nákvæmlega tíu sentímetrar á hæð

Au bout d'une minute ou deux, la chenille s'est détachée du champignon

Eftir eina eða tvær mínútur fór lirfan niður af sveppnum

et il s'enfonça en rampant dans l'herbe

og hann skreið í grasið

En s'éloignant, il fit quelques petites remarques

Þegar hann gekk burt sagði hann nokkrar smá athugasemdir

« Un côté vous fera grandir »

"Önnur hliðin mun láta þig vaxa hærri"

« Et l'autre côté te fera rapetisser »

"og hin hliðin mun láta þig styttast"

« Un côté de quoi ? » pensa Alice en elle-même

"Ein hlið á hverju?" hugsaði Alice með sjálfri sér

« L'autre côté de quoi ? »

"Hin hliðin á hverju?"

« Le côté du champignon », dit la chenille

"Hlið sveppsins," sagði maðkurinn

C'était comme si elle avait posé sa question à haute voix

það var eins og hún hefði spurt spurningu sína upphátt

et un instant plus tard, il fut hors de vue

og á öðru andartaki var hann horfinn úr augsýn

Alice resta pensivement à regarder le champignon

Alice horfði hugsi á sveppinn

Elle essayait de distinguer quels étaient les deux côtés du champignon

hún var að reyna að átta sig á því hverjar væru tvær hliðar sveppsins

Enfin, elle étendit ses bras autour du champignon

Loks teygði hún handleggina utan um sveppinn

Et elle cassa un peu les bords

og hún braut svolítið af brúnunum

« Et maintenant, de quel côté est-ce ? » se dit-elle

"Og nú, hvoru megin er hvil?" sagði hún við sjálfa sig

et elle grignota un peu du mors de la main droite

og hún nartaði aðeins í hægri bitann

L'instant d'après, elle sentit un violent coup sous son menton

Á næsta augnabliki fann hún fyrir harkalegu höggi undir
hökunni
Son menton avait heurté son pied !
Hakan hafði lent í fæti hennar!
Elle fut bien effrayée par ce changement très soudain
Hún var talsvert hrædd við þessa mjög skyndilegu breytingu
Elle rétrécissait très rapidement
hún skreppti mjög hratt saman
**Alors elle a rapidement mangé un peu de l'autre morceau de
champignon**
svo hún borðaði fljótt eitthvað af hinum sveppunum
Son menton était très serré contre son pied
Höku hennar var þrýst mjög þétt að fæti hennar
Il y avait à peine de la place pour ouvrir la bouche
það var varla pláss til að opna munninn
mais elle parvint enfin à ouvrir la bouche
en henni tókst loksins að opna munninn
et elle avala un morceau du mors de la main gauche
og hún gleypti bita af vinstra bitanum
« Ma tête a enfin été libérée ! » dit Alice
"Loksins er búið að losa höfuðið á mér!" sagði Alice
Elle baissa les yeux sur elle-même
Hún leit niður á sjálfa sig
**mais tout ce qu'elle pouvait voir, c'était une immense
longueur de cou**
en það eina sem hún sá var gríðarlega langur háls
Son cou semblait se dresser comme une tige
Háls hennar virtist rísa eins og stöngull
et elle baissa les yeux sur une mer de feuilles vertes
og hún leit niður yfir haf af grænum laufum
« Où sont passées mes épaules ? »
"Hvert eru axlir mínar komnar?"
**« Et oh, mes pauvres mains, comment se fait-il que je ne
puisse pas vous voir ? »**
"Og ó, aumingja hendurnar mínar, hvernig stendur á því að ég
sé þig ekki?"
Mais son cou avait un avantage

en hálsinn hafði einn ávinning
Elle pouvait bouger la tête dans n'importe quelle direction
hún gat hreyft höfuðið í hvaða átt sem er
En fait, elle était comme un serpent
í raun var hún alveg eins og höggormur
Elle zigzague gracieusement, la tête baissée
Hún sikksakkaði höfðinu þokkalega niður
et elle remua la tête à travers les arbres
og hún hreyfði höfuðið milli trjánna
Mais elle entendit alors un sifflement aigu
en þá heyrði hún snöggt hvæs
Et elle tira rapidement la tête en arrière
og hún dró höfuðið snöggt aftur
Un gros pigeon lui avait volé au visage
Stór dúfa hafði flogið í andlit hennar
et le pigeon était violemment avec ses ailes
og dúfan var harkalega með vængina

« Serpent ! » cria le pigeon
"Höggormur!" hrópaði dúfan
« Je ne suis pas un serpent ! » dit Alice avec indignation
"Ég er ekki höggormur!" sagði Alice reið
« Laisse-moi tranquille ! »
"Láttu mig í friði!"
« J'ai essayé les racines des arbres »
"Ég hef prófað rætur trjáa"
— Et j'ai essayé des haies, continua le pigeon
"og ég hef prófað limgerði," hélt dúfan áfram
« Mais ces serpents ! Il n'y a pas moyen de leur plaire !
"En þessir höggormar! Það er ekkert að þóknast þeim!"
Alice était de plus en plus perplexe
Alice varð meira og meira undrandi
« Comme si ce n'était pas assez compliqué de faire éclore les
œufs », a déclaré le pigeon
"Eins og það væri ekki nógu mikið vesen að klekja út
eggjunum," sagði dúfan
« Nuit et jour, je dois aussi faire attention aux serpents ! »
"Nótt og dag verð ég líka að passa mig á höggormum!"
« Je venais de trouver l'arbre le plus haut de la forêt »
"Ég var nýbúinn að finna hæsta tréð í skóginum"
« Je serais sûrement libre des serpents ici ? »
"Ætli ég væri laus við höggorma hér?"
« Et un serpent sort du ciel ! »
"Og út kemur höggormur af himni!"
« Mais je ne suis pas un serpent, je vous le dis ! » dit Alice
"En ég er ekki höggormur, segi ég þér!" sagði Alice
"Je suis un... Je suis un... Je suis une petite fille, ajouta-t-elle
d'un air un peu dubitatif
"Ég er... Ég er... Ég er lítil stelpa," bætti hún við frekar
efasemdarlega
Après tout, elle avait traversé beaucoup de changements
Hún hafði jú verið að ganga í gegnum miklar breytingar
« Tu cherches des œufs », dit le pigeon
"Þú ert að leita að eggjum," sagði dúfan
« Je le sais pertinemment »

"Ég veit það fyrir víst"
« Et qu'importe que vous soyez une petite fille ou un serpent ? »
"Og hvaða máli skiptir það hvort þú ert lítil stelpa eða höggormur?"
— Cela m'importe beaucoup, dit Alice à la hâte
"Það skiptir mig miklu máli," sagði Alice í flýti
« mais je ne cherche pas d'œufs, en l'occurrence »
"en ég er ekki að leita að eggjum, eins og það gerist"
« et je ne voudrais pas de tes œufs de toute façon »
"og ég myndi hvort sem er ekki vilja eggin þín"
« Je n'aime pas mes œufs crus »
"Mér líkar ekki við eggin mín hrá"
« Eh bien, allez-vous-en ! » dit le pigeon d'un ton boudeur
"Jæja, farðu þá!" sagði dúfan fúl
et le pigeon se posa de nouveau dans son nid
og dúfan settist aftur niður í hreiður sitt
Alice s'accroupit parmi les arbres du mieux qu'elle put
Alice hneig niður á milli trjánna eins vel og hún gat
Son cou ne cessait de s'emmêler parmi les branches
Hálsinn á henni flæktist stöðugt á milli greinanna
De temps en temps, elle devait s'arrêter et se tordre le cou
Öðru hvoru þurfti hún að stoppa og snúa hálsinum
Au bout d'un moment, elle se souvint du champignon
Eftir smá stund mundi hún eftir sveppnum
Elle tenait toujours les morceaux de champignon dans ses mains
hún hélt enn á sveppabitunum í höndunum
et elle se mit à l'œuvre avec beaucoup de soin
og hún hófst handa mjög varlega
D'abord, elle a grignoté un morceau
fyrst nartaði hún í eitt stykki
puis elle grignota l'autre morceau
og svo nartaði hún í hitt stykkið
Parfois, elle grandissait
stundum varð hún hærri
et parfois elle devenait plus petite

og stundum varð hún styttri
Mais finalement, elle a atteint sa taille habituelle
en loksins náði hún sinni venjulegu hæð
Elle n'avait pas été de sa taille depuis un certain temps
hún hafði ekki verið á sinni eigin hæð í nokkurn tíma
Tout m'a semblé étrange pendant un moment
Þannig að allt var undarlegt um stund
**« La prochaine chose à faire est d'entrer dans ce beau
jardin »**
"Það næsta sem þarf að gera er að fara inn í fallega garðinn"
« Comment cela se fera-t-il, je me demande ? »
"hvernig á að gera það, velti ég fyrir mér?"
En disant cela, elle tomba sur un endroit ouvert
Þegar hún sagði þetta kom hún að opnum stað
Il y avait une petite maison, un peu plus haute qu'un mètre
það var lítið hús, aðeins hærra en metri
« Je me demande qui habite cette petite maison »
"Ég velti því fyrir mér hver býr í þessu litla húsi"
**« Je ne peux certainement pas y aller aussi grand que je le
suis »**
"Ég get svo sannarlega ekki farið inn eins stór og ég er"
« Je les effrayerais terriblement ! »
"Ég myndi hræða þá hræðilega!"
alors elle grignota à nouveau le petit champignon
svo hún nartaði aftur í litla sveppinn
et bientôt elle s'abaissa de trente centimètres
og brátt kom hún sér niður þrjátíu sentímetra

Un cochon et du poivre
Svín og smá pipar

Pendant une minute ou deux, elle resta à regarder la maison

Í eina eða tvær mínútur stóð hún og horfði á húsið

Soudain, un valet de pied sortit en courant des bois

Skyndilega kom fótgöngumaður hlaupandi út úr skóginum

Il portait un uniforme de livrée spécial

hann var í sérstökum einkennisbúningi

à en juger par son seul visage, elle l'aurait traité de poisson

Af andliti hans að dæma hefði hún kallað hann fisk

et il frappa bruyamment à la porte avec ses jointures

og hann bankaði hátt á dyrnar með hnúunum

La porte fut ouverte par un autre valet de pied

Annar fótgöngumaður opnaði dyrnar

Ce valet de pied portait également une livrée spéciale

Þessi fótgangandi var líka í sérstökum klæðnaði

Ce valet de pied avait un visage rond et de grands yeux comme une grenouille

Þessi fótgangandi var með kringlótt andlit og stór augu eins og froskur

**C'est le valet de pied qui ressemblait à un poisson qui a
initié la cérémonie**
Fótgangandi maðurinn sem leit út eins og fiskur hóf athöfnina
Il sortit quelque chose de sous son bras
Hann dró eitthvað undan handleggnum á sér
et il tira de dessous son bras une enveloppe
og hann dró umslag undan hendi sér
et cette enveloppe, il la remit à l'autre valet de pied
Og þetta umslag rétti hann hinum fótgöngumanninum
D'un ton cérémoniel, il lui donna les ordres
í hátíðlegum tón sagði hann honum skipanirnar
« Ce message s'adresse à la duchesse »
"Þessi skilaboð eru til hertogaynjunnar"
« Une invitation de la reine à jouer au croquet »
"Boð frá drottningunni um að spila á krikket"
**Le valet de pied qui ressemblait à une grenouille répéta
l'ordre**
Fótgöngumaðurinn sem leit út eins og froskur endurtók
skipunina
« De la reine »
"Frá drottningunni"
« Une invitation »
"boð"
« pour la duchesse »
"fyrir hertogaynjuna"
« Jouer au croquet »
"Að spila krikket"
Puis ils s'inclinèrent tous les deux
Þá hneigðu þeir sig báðir lágt
et les boucles de leurs perruques s'emmêlèrent
og krullurnar í hárkollunum þeirra flæktust saman
**Bientôt, le valet de pied qui ressemblait à un poisson a
disparu**
Brátt var fótgangandi maðurinn, sem leit út eins og fiskur,
horfinn
**Mais le valet de pied qui ressemblait à une grenouille était
toujours là**

En fótgöngumaðurinn, sem leit út eins og froskur, var þar enn
Il était assis par terre près de la porte
Hann sat á jörðinni nálægt dyrunum
Il regardait bêtement le ciel
hann starði heimskulega upp í himininn
Alice s'approcha timidement de la porte et frappa
Alice gekk feimnislega upp að dyrunum og bankaði
— Il ne sert à rien de frapper, dit le valet de pied
"Það þýðir ekkert að banka," sagði fótgangandi
« Et ce, pour deux raisons »
"Og það er af tveimur ástæðum"
« D'abord, parce que je suis du même côté de la porte que toi »
"Í fyrsta lagi vegna þess að ég er sömu megin við dyrnar og þú"
« Deuxièmement, parce qu'ils font tellement de bruit à l'intérieur »
"Í öðru lagi vegna þess að þeir eru að gera svo mikinn hávaða inni"
« Personne ne pouvait vous entendre »
"enginn heyrði í þér"
Et il y avait certainement un bruit des plus extraordinaires à l'intérieur
Og það var vissulega ótrúlegur hávaði í gangi innra með okkur
des hurlements et des éternuements constants
stöðugt væl og hnerra
et de temps en temps un bruit de grand fracas
og öðru hvoru heyrist mikið brak
comme si un plat ou une bouilloire avait été brisé en morceaux
eins og diskur eða ketill hafi verið brotinn í sundur
« Comment vais-je entrer ? » demanda Alice
"Hvernig á ég að komast inn?" spurði Alice
— Faut-il que tu entres ? dit le valet de pied
"Ættirðu að komast inn?" sagði fótgangandi
« C'est la première question, vous savez »

"Það er fyrsta spurningin, veistu"
Alice ouvrit la porte et entra
Alice opnaði dyrnar og fór inn
La porte menait directement à une grande cuisine
Hurðin leiddi beint inn í stórt eldhús
La cuisine était pleine de fumée d'un bout à l'autre
eldhúsið var fullt af reyk frá einum enda til annars
au milieu de la cuisine se trouvait la duchesse
í miðju eldhúsinu var hertogaynjan
Elle était assise sur un tabouret à trois pieds
hún sat á þrífættum kolli
et elle allaitait un bébé
og hún var með barn á brjósti
Le cuisinier était penché au-dessus du feu
kokkurinn hallaði sér yfir eldinn
Il remuait un grand chaudron
hann var að hræra í stórum köllri
et le chaudron semblait être plein de soupe
og caldron virtist vera full af súpu
**« Il y a certainement trop de poivre dans cette soupe ! » Alice
se dit**
"Það er vissulega of mikill pipar í súpunni!" sagði Alice við
sjálfa sig
Elle l'a dit du mieux qu'elle a pu sans éternuer
Hún sagði það eins vel og hún gat án þess að hnerra
Même la duchesse éternuait de temps en temps
Meira að segja hertogaynjan hnerraði af og til
Mais les actions du bébé étaient les plus remarquables
en gjörðir barnsins voru eftirtektarverðastar
Le bébé éternuait et hurlait alternativement
barnið hnerraði og grenjaði til skiptis
**Il n'y avait pas un instant de pause entre les hurlements et
les éternuements**
Það var ekki augnabliks hlé á milli væls og hnerra
**Il y avait deux créatures dans la cuisine qui n'éternuaient
pas**
Það voru tvær verur í eldhúsinu sem hnerruðu ekki

Le cuisinier était trop occupé pour éternuer

kokkurinn var of upptekinn til að hnerra

et le gros chat ne semblait pas se soucier du poivre

og stóri kötturinn virtist ekki hafa neitt á móti piprinni

Au lieu de cela, le gros chat souriait d'une oreille à l'autre

í staðinn glotti stóri kötturinn frá eyra til eyra

— Pourriez-vous me le dire, s'il vous plaît, dit Alice un peu timidement

"Viltu segja mér það," sagði Alice dálítið feimnislega

« Pourquoi ton chat sourit-il comme ça ? »

"Af hverju glottir kötturinn þinn svona?"

« C'est un Cheshire-Cat, » dit la duchesse

"Þetta er Cheshire-köttur," sagði hertogaynjan

« Et c'est pourquoi il sourit d'une oreille à l'autre »

"Og þess vegna glottir hann frá eyra til eyra"

« Je ne savais pas qu'un Cheshire-Cat souriait toujours »

"Ég vissi ekki að Cheshire-köttur glotti alltaf"

« En fait, je ne savais pas que les chats pouvaient sourire », a déclaré Alice

"reyndar vissi ég ekki að kettir gætu glott," sagði Alice

— Il y a beaucoup de choses que vous ne savez pas, dit la duchesse

"það er margt sem þú veist ekki," sagði hertogaynjan

« Il y a beaucoup de choses que vous ne savez pas et c'est un fait »

"Það er margt sem þú veist ekki og það er staðreynd"

Juste à ce moment-là, le cuisinier retira le chaudron de soupe du feu

Í sömu andrá tók kokkurinn súpupottinn af eldinum

et aussitôt, elle commença à jeter tout ce qui était à sa portée

og um leið byrjaði hún að kasta öllu sem hún náði til

elle jeta tout ce qu'elle put sur la duchesse et le bébé

hún kastaði öllu sem hún gat í hertogaynjuna og barnið

D'abord, elle jeta les fers à feu

fyrst kastaði hún eldjárnunum

Puis elle a jeté une poignée de casseroles

síðan kastaði hún handfylli af pottum

et enfin elle jeta les assiettes et les plats
og loks henti hún diskunum og diskunum
La duchesse ne fit pas attention à elle
Hertogaynjan tók ekki mark á henni
Même lorsqu'elle a été frappée par une assiette, elle ne s'est pas inquiétée
jafnvel þegar hún var lamin af plötu hafði hún ekki áhyggjur
Le bébé hurlait déjà tellement
barnið grenjaði nú þegar svo mikið
Il était donc impossible de dire si les coups blessaient le bébé ou non
svo það var ómögulegt að segja til um hvort höggin meiddu barnið eða ekki
« Oh, je vous en prie, faites attention à ce que vous faites ! » s'écria Alice
"Ó, vinsamlegast hafðu í huga hvað þú ert að gera!" hrópaði Alice
et elle sautait de haut en bas dans une agonie de terreur
og hún stökk upp og niður af skelfingu
la duchesse offrit le bébé à Alice
hertogaynjan bauð Alice barnið
« Ici ! Tu peux allaiter un peu le bébé, si tu veux !
"Hérna! Þú mátt gefa barninu aðeins á brjósti, ef þú vilt!"
et elle lui lança l'enfant tout en parlant
og hún fleygði barninu til sín um leið og hún talaði
« Je dois aller me préparer à jouer au croquet avec la reine »
"Ég verð að fara og gera mig tilbúinn til að spila krikket við drottninguna"
et elle se hâta de sortir de la chambre
og hún flýtti sér út úr herberginu
Alice attrapa le bébé avec quelque difficulté
Alice náði barninu með nokkrum erfiðleikum
parce que c'était une petite créature de forme très étrange
vegna þess að þetta var mjög skrýtin lítil skepna
et l'enfant tendit les bras et les jambes dans toutes les directions
og barnið rétti út handleggi og fætur í allar áttir

« Je ferais mieux d'emmener cet enfant avec moi », pensa
Alice
"Það er best að ég taki þetta barn með mér," hugsaði Alice
« Ils sont sûrs de tuer ce bébé dans un jour ou deux »
"Þeir munu örugglega drepa þetta barn eftir einn eða tvo
daga"
« Ne serait-ce pas un meurtre de laisser ce bébé derrière soi ?
»
"Væri það ekki morð að skilja þetta barn eftir?"
Elle prononça les derniers mots à haute voix
Hún sagði síðustu orðin upphátt
Et la petite créature grogna en réponse
og litli hluturinn nöldraði til svars
« Tu ferais mieux de ne pas te transformer en cochon, ma
chère, » dit Alice
"Það er best að þú breytist ekki í svín, elskan mín," sagði Alice
« ou alors je n'aurai plus rien à faire avec toi »
"annars hef ég ekkert meira með þig að gera"
Alice commençait à peine à penser en elle-même :
Alice var rétt að byrja að hugsa með sér:
« Maintenant, que vais-je faire de cette créature, quand je la
ramène à la maison ? »
"Nú, hvað á ég að gera við þessa skepnu, þegar ég fæ hana
heim?"
Mais alors la petite créature grogna un peu violemment
en þá nöldraði litla skepnan svolítið kröftuglega
et Alice baissa les yeux sur son visage avec une certaine
inquiétude
og Alice leit skelfingu lostin niður í andlit hennar
Cette fois, il ne pouvait y avoir d'erreur à ce sujet
Að þessu sinni gat ekki verið um það að fara á milli mála
Ce n'était ni plus ni moins qu'un cochon
það var hvorki meira né minna en svín
alors elle déposa la petite créature
svo hún setti litlu skepnuna niður
et la petite créature s'éloigna tranquillement dans le bois
og litla skepnan brokkaði hljóðlega inn í skóginn

Alice se sentit tout à fait soulagée de voir la créature partir

Alice var mjög létt að sjá veruna fara

Alice fut un peu surprise en voyant le Chat-Cheshire

Alice varð svolítið hissa við að sjá Cheshire-köttinn

Il était assis sur une branche d'arbre à quelques mètres de là

það sat á trjágrein nokkrum metrum í burtu

Le chat ne sourit que lorsqu'il la vit

Kötturinn glotti aðeins þegar hann sá hana

« Chat du Cheshire », commença Alice un peu timidement

"Cheshire-köttur," byrjaði Alice heldur feimnislega

« Pourriez-vous s'il vous plaît me dire dans quelle direction je dois aller à partir d'ici ? »

"Viltu vinsamlegast segja mér hvaða leið ég ætti að fara héðan?"

« Dans cette direction », dit le chat

"Í þá átt," sagði kötturinn

et il agita la patte droite

og það veifaði hægri loppunni

« C'est dans cette direction que vit un fabricant de chapeaux »

"Í þá átt býr hattasmiður"

puis le chat agita son autre patte

og svo veifaði kötturinn hinni loppunni

« Et dans cette direction vit un lièvre de marche »

"og í þá átt býr héri"

« Visitez l'un ou l'autre de vos goûts ; Ils sont tous les deux fous"

"Komdu í heimsókn hvort sem þú vilt; þeir eru báðir brjálaðir"

— Mais je ne veux pas aller parmi des fous, remarqua Alice

"En ég vil ekki fara meðal vitlausra," sagði Alice

« Oh, tu ne peux pas t'en empêcher, » dit le Chat

"Ó, þú getur ekki annað," sagði kötturinn

« Nous sommes tous fous ici »

"Við erum öll brjáluð hérna"

« Tu joues au croquet avec la reine aujourd'hui ? »

"Ertu að spila krikket við drottninguna í dag?"

— J'aimerais beaucoup, dit Alice

"Mig langar mjög mikið," sagði Alice
« mais je n'ai pas encore été invité »
"en mér hefur ekki verið boðið ennþá"
« Tu me verras là-bas », dit le Chat
"Þú sérð mig þarna," sagði kötturinn
et d'un instant à l'autre le chat disparaissait
og frá einu augnabliki til annars hvarf kötturinn
bientôt Alice arriva en vue de la maison du lièvre de marche
fljótlega kom Alice auga á hús harans
C'était une très grande maison
Þetta var mjög stórt hús
alors Alice ne voulait pas s'approcher de la maison
svo Alice vildi ekki fara nálægt húsinu
**D'abord, elle a dû grignoter un peu plus du morceau de
champignon du côté gauche**
fyrst þurfti hún að narta meira af sveppnum vinstra megin

Un thé fou
brjálað teboð
Devant la maison, il y avait un arbre
Fyrir framan húsið var tré
et sous l'arbre, il y avait une table
og undir trénu var borð
et la table était dressée avec toutes sortes de couverts
og borðið var dekkað með alls kyns hnífapörum
Le lièvre de mars et le chapelier étaient à table
Hérinn og hattasmiðurinn voru við borðið
et ensemble ils prenaient le thé
og saman voru þeir að drekka te
Un loir était assis entre eux
svefnmús sat á milli þeirra
et le loir dormait profondément
Og svefnmúsin var sofnuð
La table était d'une taille extraordinaire
Borðið var óvenju stórt
mais la majeure partie de la table était inoccupée
en megnið af borðinu var mannlaust
Ils étaient assis serrés les uns contre les autres dans un coin de la table
Þau sátu þétt saman í einu horni borðsins
et pourtant ils s'excusaient quand ils voyaient Alice
og samt afsakuðu þau sig þegar þau sáu Alice
« Pas de place ! Pas de place ! » crièrent-ils
"Ekkert pláss! Ekkert pláss!" hrópuðu þeir
« Il y a beaucoup de place ! » dit Alice avec indignation
"Það er nóg pláss!" sagði Alice reið
À l'une des extrémités de la table, il y avait un grand fauteuil
Við annan enda borðsins var stór hægindastóll
et Alice s'assit dans le fauteuil
og Alice settist í hægindastólinn
Le chapelier ouvrit de grands yeux
hattasmiðurinn opnaði augun mjög opin
Il n'arrivait pas à croire ce qu'il voyait

Hann trúði ekki því sem hann sá
Mais son esprit était curieux d'autres choses
en hugur hans var forvitinn um aðra hluti
« Pourquoi un corbeau est-il comme un bureau ? »
"Af hverju er hrafn eins og skrifborð?"
Alice était prête à relever le défi
Alice var opin fyrir áskoruninni
« Je suis content qu'ils aient commencé à poser des énigmes »
"Ég er ánægður með að þeir eru farnir að spyrja gáta"
— Je crois que je peux le deviner, ajouta-t-elle à haute voix
"Ég held að ég geti giskað á það," bætti hún við upphátt
Le lièvre de mars s'est curieux de connaître Alice
Hérinn varð forvitinn um Alice
« Pensez-vous vraiment que vous pouvez trouver la réponse ? »
"Heldurðu virkilega að þú getir fundið svarið?"
— Je crois que je peux trouver la réponse, en effet, dit Alice
"Ég held að ég geti fundið svarið," sagði Alice
« Alors, tu devrais dire ce que tu veux dire », continua le lièvre de marche
"Þá ættirðu að segja það sem þú meinar," hélt hérinn áfram
— Je dis ce que je pense, répondit vivement Alice
"Ég segi það sem ég meina," svaraði Alice í flýti
« à tout le moins, je pense ce que je dis »
"að minnsta kosti meina ég það sem ég segi"
« C'est la même chose, vous savez »
"Það er sami hluturinn, þú veist"
Le loir a également contribué à la conversation
Svefnmúsin lagði einnig sitt af mörkum til samtalsins
mais le loir semblait parler dans son sommeil
en svefnmúsin virtist tala í svefni
« Je respire quand je dors »
"Ég anda þegar ég sef"
« Je dors quand je respire ! »
"Ég sef þegar ég anda!"
« Autant dire qu'ils sont les mêmes aussi »

"Þú gætir alveg eins sagt að þeir séu eins líka"
« C'est la même chose pour toi », dit le chapelier
"Það er það sama með þig," sagði hattasmiðurinn
Et il versa un peu de thé sur le nez du loir
og hann hellti dálitlu tei á nefið á svefnmúsinni
Le Loir secoua la tête avec impatience
Svefnmúsin hristi höfuðið óþolinmóð
et le loir parla de nouveau, sans ouvrir les yeux
og aftur talaði svefnmúsin án þess að opna augun
« Bien sûr, bien sûr que c'est la même chose »
"Auðvitað, auðvitað er það það sama"
« C'est juste ce que j'allais dire moi-même »
"Það var bara það sem ég ætlaði að segja sjálfur"

Le chapelier se tourna vers Alice et lui posa une autre question
Hattasmiðurinn sneri sér að Alice og spurði annarrar spurningar
« As-tu déjà deviné l'énigme ? »
"Hefurðu giskað á gátuna ennþá?"
« Non, j'abandonne », a concédé Alice
"Nei, ég gefst upp," viðurkenndi Alice
« Quelle est la réponse ? » voulait-elle savoir
"Hvert er svarið?" vildi hún vita

— Je n'en ai pas la moindre idée, dit le chapelier
"Ég hef ekki minnstu hugmynd," sagði hattasmiðurinn
« Moi non plus, » dit le lièvre de marche
"Ég veit það ekki heldur," sagði hérinn
Alice poussa un soupir de lassitude
Alice andvarpaði þreytulega
« Il y a de meilleures utilisations du temps que des énigmes sans réponses »
"Það er til betri nýting tímans en gátur án svara"
« Prends encore du thé », dit le lièvre de marche à Alice, très sérieusement
"Fáðu þér meira te," sagði hérinn við Alice mjög einlæglega
Alice était assez offensée par l'offre
Alice var mjög móðguð yfir tilboðinu
— Je n'ai pas encore pris de thé, répondit Alice
"Ég hef ekki fengið mér te ennþá," svaraði Alice
« donc je ne peux plus prendre de thé »
"þess vegna get ég ekki fengið meira te"
— Vous voulez dire que vous ne pouvez pas prendre moins de thé, dit le chapelier
"Þú meinar að þú getir ekki fengið minna te," sagði hattasmiðurinn
« C'est très facile de prendre plus que rien »
"Það er mjög auðvelt að taka meira en ekkert"
À ces mots, Alice se leva et s'en alla
Við þetta stóð Alice upp og gekk í burtu
Le loir s'endormit instantanément
Svefnmúsin sofnaði samstundis
et ni l'un ni l'autre ne firent la moindre attention à son départ
og hvorugur hinna gaf minnstu gaum að hún færi
bien qu'elle ait regardé en arrière une ou deux fois
þó hún líti til baka einu sinni eða tvisvar
Ils essayaient de mettre le loir dans la théière
þeir voru að reyna að stinga svefnmúsinni í tekönnuna
« En tout cas, je n'y retournerai plus ! » dit Alice
"Ég fer allavega aldrei þangað aftur!" sagði Alice

et elle se fraya un chemin à travers les bois
og hún gekk leið sína í gegnum skóginn
« c'était le thé le plus stupide auquel j'aie jamais assisté »
"þetta var heimskulegasta teboð sem ég hef farið í"
Juste au moment où elle disait cela, elle remarqua quelque chose
Rétt þegar hún sagði þetta tók hún eftir einhverju
L'un des arbres avait une porte qui y menait directement
eitt trénna var með hurð sem leiddi beint inn í það
« C'est très intéressant ! » a-t-elle pensé
"Það er mjög áhugavert!" hugsaði hún
« Je pense que je peux aussi bien passer la porte »
"Ég held að ég geti alveg eins farið inn um dyrnar"
Et elle passa par la porte
Og inn um dyrnar gekk hún
Une fois de plus, elle se retrouva dans le long couloir
Enn einu sinni var hún komin inn í langa salinn
de nouveau, elle était près de la petite table de verre
aftur var hún nálægt litla glerborðinu
Elle prit la petite clé d'or
Hún tók litla gulllykilinn
et elle ouvrit la porte qui donnait sur le jardin
og hún opnaði dyrnar, sem lágu út í garðinn
Puis elle s'est mise au travail pour grignoter le champignon
Svo hófst hún handa við að narta í sveppinn
Elle avait gardé un morceau du champignon dans sa poche
Hún hafði geymt stykki af sveppnum í vasanum
Et finalement, elle mesurait environ un mètre
og loks var hún um metri á hæð
Puis elle descendit le petit couloir
svo gekk hún eftir litla ganginum
Et puis elle s'est finalement retrouvée dans le magnifique jardin
og þá var hún loksins komin í fallega garðinn
et elle était parmi les fleurs brillantes et les fontaines fraîches
Og hún var meðal bjartra blóma og svalra gosbrunna

Le terrain de croquet de la reine
Krikketvöllur drottningarinnar

Un grand rosier se dressait près de l'entrée du jardin
Stórt rósatré stóð við innganginn til garðsins
Les roses qui poussaient sur l'arbre étaient blanches
rósirnar sem uxu á trénu voru hvítar
Mais il y avait trois jardiniers qui peignaient la rose
en það voru þrír garðyrkjumenn að mála rósina
Ils étaient occupés à peindre les roses en rouge
þeir voru önnum kafnir við að mála rósirnar rauðar
et Alice les regardait peindre les roses en rouge
og Alice horfði á þá mála rósirnar rauðar
et soudain leurs yeux tombèrent par hasard sur Alice
og skyndilega féllu augu þeirra á Alice
Alice parlait un peu timidement
Alice talaði svolítið feimnislega
« Pourriez-vous me le dire, s'il vous plaît ? »
"Viltu segja mér það, vinsamlegast;"
« Pourquoi peignez-vous tous ces roses ? »
"Af hverju eruð þið öll að mála þessar rósir?"
cinq et sept ne dirent rien, mais regardèrent deux
fimm og sjö sögðu ekkert, en litu á tvo
deux d'entre eux parlèrent à voix basse
tveir töluðu lágt
— Eh bien, le fait est, voyez-vous, madame.
"Staðreyndin er sú, sjáðu til, frú"
« Celui-ci aurait dû être un rosier rouge »
"þetta hefði átt að vera rautt rósatré"
« Et nous avons mis un rosier blanc par erreur »
"og við settum hvítt rósatré í fyrir mistök"
« Comme vous en conviendrez, la reine ne doit pas le découvrir »
"Eins og þú ert sammála má drottningin ekki komast að því"
« Sinon, nous aurions tous la tête tranchée »
"annars myndum við öll láta höggva höfuðið af okkur"
« Alors vous voyez, madame, nous faisons de notre mieux »
"Svo þú sérð, frú, við erum að gera okkar besta"

La cinquième carte avait regardé anxieusement à travers le jardin

Spil fimm hafði horft áhyggjufullt yfir garðinn

À ce moment, la cinquième carte cria : « La dame ! La reine !

Á þessu augnabliki kallaði á spil fimm: "Drottningin! Drottningin!"

Et les trois jardiniers s'enfuirent aussitôt

og garðyrkjumennirnir þrír flýttu sér samstundis í burtu

et ils se jetèrent à plat ventre

og þeir fleygðu sér flötum á andlit sér

Il y eut un bruit de nombreux pas

Mörg fótatak heyrðust

Alice regarda autour d'elle, impatiente de voir la reine

Alice leit í kringum sig, spennt að sjá drottninguna

Au début de la procession se trouvaient dix soldats

Við upphaf göngunnar voru tíu hermenn

leurs mains et leurs pieds étaient dans les coins

hendur þeirra og fætur voru í hornum

et dans leurs mains et leurs pieds étaient des massues

og í höndum þeirra og fótum voru kylfur

Venaient ensuite les dix courtisans

Næst komu hirðmennirnir tíu

Les courtisans étaient partout ornés de diamants

hirðmennirnir voru prýddir demöntum út um allt

Après les courtisans sont venus les enfants royaux

Á eftir hirðmönnunum komu konungsbörnin

Il y avait dix enfants royaux

Það voru tíu af konunglegu börnunum

et tous les enfants royaux étaient ornés de cœurs

og öll konungsbörnin voru prýdd hjörtum

Venaient ensuite les invités ; principalement des rois et des reines

Næst komu gestirnir; aðallega kóngar og drottningar

et parmi les rois et la reine, Alice vit quelqu'un

og meðal konunganna og drottningar sá Lísa einhvern

Elle revit le lapin blanc qu'elle avait chassé

Hún sá aftur hvítu kanínuna sem hún hafði elt

Le cortège était suivi par le valet de cœur
Göngunni var fylgt hjörtum
Il portait la couronne du roi
hann bar kórónu konungs
et la couronne du roi était sur un coussin de velours cramoisi
og kóróna konungs var á rauðum flauelspúða
Et puis vint la fin de ce grand cortège
og svo lauk þessari miklu skrúðgöngu
Et là, à la fin, il y avait le Roi et la Reine de Cœur
og þar í lokin voru konungur og drottning hjartans
le cortège arriva en face d'Alice
skrúðgangan kom á móti Alice
et ils s'arrêtèrent tous et la regardèrent
og þeir stoppuðu allir og litu á hana
et la reine dit sévèrement : « Qui est-ce ? »
Og drottning sagði alvarlega: "Hver er þetta?"
Elle l'a dit au Valet de Cœur
Hún sagði það við hjörtuhnútinn
Mais il s'est contenté de s'incliner et de sourire en réponse
en hann hneigði sig bara og brosti til svars
Alice parla très poliment
Alice talaði mjög kurteislega
« Je m'appelle Alice, alors faites plaisir à Votre Majesté »
"Ég heiti Alice, svo þóknast yðar hátign"
Mais elle avait d'autres pensées pour elle-même
en hún hafði aðrar hugsanir út af fyrir sig
« Ce n'est qu'un jeu de cartes, après tout ! »
"Þetta eru jú bara spilapakki!"
« Savez-vous jouer au croquet ? » cria la reine
"Geturðu spilað krikket?" hrópaði drottningin
La question était évidemment destinée à Alice
Spurningin var greinilega ætluð Alice
— Oui ! dit Alice d'une voix forte
"Já!" sagði Alice hátt
« Venez jouer alors ! » rugit la reine
"Komdu og leiktu þá!" öskraði drottningin
une voix timide s'adressa à Alice

huglítil rödd talaði við Alice

« C'est une très belle journée ! »

"Þetta er mjög góður dagur!"

Elle se promenait près du lapin blanc

Hún gekk hjá hvítu kanínunni

et le Lapin Blanc jetait un coup d'œil anxieux sur son visage

og hvíta kanínan gægðist áhyggjufull í andlit hennar

« Une très belle journée, en effet, confirma Alice

"Sannarlega góður dagur," staðfesti Alice

« Où est la duchesse ? »

"Hvar er hertogaynjan?"

« Chut ! Chut ! dit le Lapin

"Þegi! Þegi!" sagði kanínan

« Elle est sous le coup d'une sentence d'exécution »

"Hún er dæmd til aftöku"

« Pourquoi est-elle exécutée ? » demanda Alice

"Fyrir hvað er verið að taka hana af lífi?" spurði Alice

« Elle a éraflé les oreilles de la reine », commença le lapin

"Hún klóraði eyrun á drottningunni," byrjaði kanínan

cria la reine d'une voix de tonnerre

Drottningin hrópaði þrumuröddu

« Retournez à vos endroits ! »

"Komdu á staðina þína!"

et les gens se mirent à courir dans toutes les directions

og fólk tók að hlaupa um í allar áttir

et ils tombèrent tous les uns contre les autres

og þeir hrundu allir hver á móti öðrum

Cependant, ils se sont calmés en une minute ou deux

Hins vegar náðu þeir að jafna sig á einni eða tveimur mínútum

Et puis le jeu a commencé

og þá hófst leikurinn

Alice n'avait jamais vu un terrain de croquet aussi curieux

Alice hafði aldrei séð jafn forvitnilegan krikketvöll

L'herbe n'était que crêtes et sillons

Grasið var allt hryggir og rófur

Les boules de croquet étaient de vrais hérissons

Krikketboltarnir voru alvöru broddgeltir
Et les maillets étaient de vrais flamants roses
og hamrarnir voru alvöru flamingóar
et les soldats se tinrent sur leurs mains et leurs pieds
Og hermennirnir stóðu á höndum og fótum
Parce que les arches ont été faites à partir de leurs corps
vegna þess að bogarnir voru gerðir úr líkama þeirra
Les joueurs ont tous joué en même temps
Leikmennirnir spiluðu allir í einu
Personne n'attendait son tour
enginn beið eftir að röðin kæmi að þeim
et tout le monde se querellait avec tout le monde
og allir deildu við alla
et tous se battaient pour les hérissons
og allir börðust fyrir broddgeltina
Bientôt, la reine fut dans une colère furieuse
Brátt varð drottningin í ofsafenginni ástríðu
et elle s'est mise à piétiner et à crier
og hún byrjaði að stappa um og hrópa
« Coupez-lui la tête ! »
"Höggvið höfuðið af honum!"
« Coupez-lui la tête ! »
"Höggvið höfuðið af henni!"
« Coupez-leur la tête ! »
"Höggvið höfuðið af þeim!"
De nouveau, Alice pensa en elle-même
Aftur hugsaði Alice með sjálfri sér
« Ils sont affreusement friands de décapiter les gens ici »
"Þeir eru hræðilega hrifnir af því að hálshöggva fólk hérna"
**« Ce qui est très étonnant, c'est qu'il reste quelqu'un en vie !
»**
"Stóra undrið er að það er einhver eftir á lífi!"
Elle cherchait un moyen de s'échapper
Hún var að leita að einhverri undankomuleið
Elle remarqua une curieuse apparition dans l'air
hún tók eftir forvitnilegum svip í loftinu
« C'est le chat du Cheshire », se dit-elle

"Þetta er Cheshire-kötturinn," sagði hún við sjálfa sig
« maintenant j'aurai quelqu'un à qui parler »
"nú skal ég hafa einhvern til að tala við"
« Comment vas-tu ? » dit le chat
"Hvernig hefurðu það?" sagði kötturinn
« Je ne pense pas qu'ils jouent du tout équitablement », a déclaré Alice
"Mér finnst þeir alls ekki spila sanngjarnt," sagði Alice
et elle avait un ton plutôt plaintif
og hún hafði frekar kvartandi tón
« Ils se querellent tous si affreusement »
"þeir rífast allir svo hræðilega"
« On ne s'entend pas parler »
"Maður heyrir ekki sjálfan sig tala"
« Et ils ne semblent pas jouer selon des règles »
"Og þeir virðast ekki spila eftir neinum reglum"
le chat a posé une question à Alice à voix basse
kötturinn spurði Alice lágt
« Comment aimez-vous la reine ? »
"Hvernig líst þér á drottninguna?"
— Je ne l'aime pas du tout, dit Alice
"Mér líkar alls ekki við hana," sagði Alice

 Alice pensa qu'elle ferait aussi bien d'y retourner
Alice hugsaði með sér að hún gæti alveg eins farið til baka
Elle voulait voir comment le match se passait
Hún vildi sjá hvernig leikurinn gengi
Elle est partie à la recherche de son hérisson
Hún fór í leit að broddgeltinum sínum
Le hérisson était occupé à combattre un autre hérisson
Broddgölturinn var upptekinn við að berjast við annan
broddgelt
C'était une excellente occasion
Þetta var frábært tækifæri
Elle pouvait croquer un hérisson avec l'autre
hún gat krikket annan broddgeltinn með hinum
Mais son flamant rose était de l'autre côté du jardin
en flamingóinn hennar var hinum megin við garðinn
Le flamant rose était plutôt maladroit
Flamingóinn var frekar klaufalegur
Son flamant rose essayait de s'envoler dans un arbre
Flamingóinn hennar var að reyna að fljúga upp í tré
Elle attrapa le flamant rose par la patte

Hún greip flamingóinn í fótinn
Et elle glissa le flamant rose sous son bras
og hún stakk flamingónum undir handlegginn
De cette façon, le flamant rose ne pouvait plus s'échapper
Þannig gat flamingóinn ekki sloppið aftur
Juste à ce moment-là, Alice rencontra la duchesse
Einmitt þá hitti Alice hertogaynjuna fyrir tilviljun
La duchesse était maintenant sortie de prison
Hertogaynjan var nú laus úr fangelsi
Elle glissa affectueusement son bras sous celui d'Alice
Hún lagði handlegginn ástúðlega undir handlegg Alice
puis ils sont partis ensemble
og síðan gengu þeir burt saman
Alice était très heureuse de la trouver d'une humeur si agréable
Alice var mjög fegin að finna hana í svona góðu skapi
Elle était cependant un peu surprise
Henni var þó svolítið brugðið
Elle entendit la voix de la duchesse près de son oreille
Hún heyrði rödd hertogaynjunnar nálægt eyra sér
« Tu penses à quelque chose, ma chérie »
"Þú ert að hugsa um eitthvað, elskan mín"
« Et ça fait oublier de parler »
"Og það fær þig til að gleyma að tala"
« Le jeu se passe un peu mieux maintenant », a déclaré Alice
"Leikurinn gengur heldur betur núna," sagði Alice
C'était une façon de poursuivre la conversation
það var ein leið til að halda samtalinu gangandi
— C'est vrai, dit la duchesse
"Svo er það," sagði hertogaynjan
« Et la morale de cela est la suivante : »
"Og boðskapurinn í því er þessi:"
« C'est l'amour qui fait tout ! »
"Það er ástin sem gerir allt!"
« L'amour est ce qui fait tourner le monde »
"Ástin er það sem fær heiminn til að snúast"
Alice avait une autre explication

Alice hafði aðra skýringu
« C'est fait par tout le monde qui s'occupe de ses propres affaires ! »
"Það er gert með því að allir hugsi um sín mál!"
— Ah ! Vous pourriez avoir raison"
"Jæja! Þú gætir haft rétt fyrir þér"
— Tout cela signifie à peu près la même chose, dit la duchesse
"Þetta þýðir allt það sama," sagði hertogaynjan
et elle enfonça son petit menton pointu dans l'épaule d'Alice
og hún gróf beitta litla hökuna sína í öxlina á Alice
« Et la morale de cela est la suivante »
"Og boðskapurinn í því er þessi"
« Prendre soin du sens »
"Gættu að skilningarvitinu"
« Et puis les sons prendront soin d'eux-mêmes »
"Og þá munu hljóðin sjá um sig sjálf"
Mais alors le bras de la duchesse se mit à trembler
en þá tók handleggur hertogaynjunnar að skjálfa
Alice leva les yeux et la reine se tenait là
Alice leit upp og þar stóð drottningin
La reine avait les bras croisés
drottningin var með krosslagða hendur
Et elle fronçait les sourcils comme un orage !
og hún gretti sig eins og þrumuveður!
« Je vous préviens », cria la reine
"Ég gef þér sanngjarna viðvörun," hrópaði drottningin
et elle piétina le sol tout en parlant
og hún stappaði á jörðina meðan hún talaði
« Soit ta tête, soit sa tête doit être coupée »
"annað hvort verður höfuðið á þér eða höfðinu að vera af"
« Faites votre choix ! »
"Taktu þitt val!"
« Et soyez rapide à ce sujet »
"og vertu fljótur að því"
La duchesse fait son choix
Hertogaynjan tók ákvörðun sína

et au bout d'un instant la duchesse avait disparu
og innan skamms var hertogaynjan farin
Puis la reine s'adressa à Alice
Þá talaði drottningin við Lísu
« Continuons le jeu »
"Höldum áfram með leikinn"
Alice était trop effrayée pour dire un mot
Alice var of hrædd til að segja orð
et elle la suivit lentement jusqu'au terrain de croquet
og hún fylgdi henni hægt aftur að krikketvellinum
Pendant tout ce temps, la reine s'est querellée avec les autres joueurs
allan tímann rifist drottningin við hina leikmennina
« Coupez-lui la tête ! »
"Höggvið höfuðið af honum!"
« Coupez-lui la tête ! »
"Höggvið höfuðið af henni!"
« Coupez-leur la tête ! »
"Höggvið höfuðið af þeim!"
Bientôt, tous les joueurs ont été en garde à vue
Fljótlega voru allir leikmennirnir í haldi
il ne restait que le roi, la reine et Alice
aðeins konungurinn, drottningin og Lísa voru eftir
Puis la reine s'en alla, tout à fait essoufflée
Þá fór drottningin, alveg andlaus
et elle s'en alla avec Alice
og hún gekk í burtu með Alice
Alice entendit le roi dire quelque chose
Alice heyrði konunginn segja eitthvað hljóðlega
« Vous êtes tous pardonnés »
"Þið eruð öll fyrirgefin"
Mais soudain, un autre cri se fit entendre
en skyndilega heyrðist annað hróp
« Le procès commence ! »
"Réttarhöldin eru að hefjast!"
et Alice courut avec les autres
og Alice hljóp með hinum

Qui a volé les tartes ?

Hver stal tertunum?

Le roi et la reine de cœur étaient assis

Konungur og hjartadrottning sátu

ils étaient sur leur trône quand Alice arriva

þau voru í hásæti sínu þegar Alice kom

Il y avait une grande foule rassemblée autour d'eux

Mikill mannfjöldi safnaðist saman í kringum þá

Il y avait toutes sortes de petits oiseaux et de bêtes

þar voru alls konar smáfuglar og skepnur

Et il y avait tout le paquet de cartes

og þarna var allur spilapakkinn

Le coquin se tenait devant eux, enchaîné

Knáinn stóð fyrir framan þá, í fjötrum

et il y avait un soldat de chaque côté pour le garder

og hermaður var á hvorri hlið til að gæta hans

près du roi était le lapin blanc

hjá konunginum var hvíta kanínan

Il avait une trompette dans une main

hann var með lúðra í annarri hendi

et il avait un rouleau de parchemin dans l'autre main

og hann hafði bókrollu af skinni í hinni hendinni

Au milieu de la cour se trouvait une table

Á miðjum vellinum var borð

Sur la table, il y avait un grand plat de tartes

Á borðinu var stór skál með tertum

« J'aimerais qu'ils fassent le procès », pensa Alice

"Ég vildi að þeir myndu klára réttarhöldin," hugsaði Alice

« Alors nous pourrions manger quelques-uns de ces rafraîchissements ! »

"Þá gætum við borðað eitthvað af þessum veitingum!"

 Le juge, soit dit en passant, était le roi
Dómarinn var konungurinn
et il portait sa couronne sur sa grande perruque
og hann bar kórónu sína yfir hárkollunni miklu
« C'est le banc des jurés, pensa Alice
"Það er kviðdómurinn," hugsaði Alice
« Et ces douze créatures, je suppose qu'elles sont les jurés »
"og þessar tólf skepnur, ég geri ráð fyrir að þær séu
kviðdómendurnir"
certains étaient des animaux, et d'autres étaient des oiseaux
sumir voru dýr og sumir fuglar
Juste à ce moment-là, le lapin blanc a crié
Einmitt þá hrópaði hvíta kanínan
« Silence dans la cour ! »
"Þögn í dómstólnum!"
« Héraut, lisez l'accusation ! » dit le roi
"Heraldi, lestu ákæruna!" sagði konungur
Le lapin blanc souffla trois coups de trompette
Hvíta kanínan blés þrjú högg á lúðurinn
Puis il déroula le parchemin
Síðan rúllaði hann upp pergamentbókrollunni
Et il a lu ce qui suit :
og hann las svo:
« La reine de cœur, elle a fait des tartes, »

"Hjartadrottningin, hún bjó til tertur,"
« Tout cela, elle l'a fait un jour d'été »
"Allt þetta gerði hún á sumardegi"
« Le valet de cœur, il a volé ces tartes »
"Hjörtuhjörtun, hann stal þessum tertum"
« Et il a emporté ces tartes loin ! »
"Og hann tók þessar tertur langt í burtu!"
« Appelez le premier témoin », dit le roi
"Kalla fyrsta vottið," sagði konungur
et le lapin blanc souffla trois coups de trompette
og hvíta kanínan blés þrjú högg á lúðurinn
« Amenez le premier témoin ! » cria-t-il
"Komdu með fyrsta vitnið!" kallaði hann
Le premier témoin était le chapelier
Fyrsta vitnið var hattasmiðurinn
Il entra avec une tasse de thé dans une main
Hann kom inn með tebolla í annarri hendi
et il avait un morceau de pain et de beurre dans l'autre main
og hann hafði brauðbita og smjör í hinni hendinni
« Tu aurais dû finir », dit le roi
"Þú hefðir átt að klára," sagði konungur
« Quand avez-vous commencé ? »
"Hvenær byrjaðir þú?"
Le chapelier regarda le lièvre de marche
Hattasmiðurinn leit á hérann
Le lièvre de marche l'avait suivi dans la cour
Hérinn hafði fylgt honum inn í hirðina
Il avait marché bras dessus bras dessous avec le loir
Hann hafði gengið hönd í hönd með svefnmúsinni
« Le quatorzième mars, je crois, dit-il
"Fjórtándi mars, held ég að það hafi verið," sagði hann
« Rendez votre témoignage », dit le roi
"Gefðu vitnisburð þinn," sagði konungur
« Et ne sois pas nerveux, ou je te ferai exécuter sur-le-champ »
"og ekki vera stressaður, annars læt ég taka þig af lífi á staðnum"

Cela n'a pas semblé encourager du tout le témoin
Þetta virtist alls ekki hvetja vitnið
Il n'arrêtait pas de se déplacer d'un pied sur l'autre
Hann færði sig stöðugt frá einum fæti til annars
et il regarda la reine avec inquiétude
Og hann leit órólegur á drottninguna
et, dans sa confusion, il mordit un gros morceau de sa tasse de thé
og í ringulreið sinni beit hann stóran bita úr tebollanum sínum
En réalité, il voulait croquer dans son pain et son beurre
í raun ætlaði hann að bíta af brauði sínu og smjöri
Juste à ce moment, Alice éprouva une sensation très curieuse
Einmitt á þessu augnabliki fann Alice fyrir mjög forvitnilegri tilfinningu
Elle commençait à grossir à nouveau
hún var farin að stækka aftur
Le misérable chapelier laissa tomber sa tasse de thé
Vesalings hattasmiðurinn missti tebollann sinn
et le pain et le beurre tombèrent à terre
og brauðið og smjörið féll til jarðar
et il mit un genou à terre
Og hann féll á kné
« Je suis un pauvre homme, Votre Majesté », a-t-il commencé
"Ég er fátækur maður, yðar hátign," byrjaði hann
« Vous êtes un bien mauvais orateur, » dit le roi
"Þú ert mjög lélegur ræðumaður," sagði konungur
« Tu peux y aller, » dit le roi
"Þú mátt fara," sagði konungur
et le chapelier quitta précipitamment la cour
og hattasmiðurinn yfirgaf hirðina í flýti
« Appelez le témoin suivant ! » dit le roi
"Kalla næsta vitni!" sagði konungur
Le témoin suivant fut le cuisinier de la duchesse
Næsta vitni var kokkur hertogaynjunnar
Elle portait la poivrière à la main
Hún bar piparkassann í hendinni
et les gens près de la porte se mirent à éternuer tout à coup

og fólkið nálægt dyrunum tók að hnerra allt í einu

« Rendez votre témoignage », dit le roi

"Gefðu vitnisburð þinn," sagði konungur

— Je ne donnerai aucun témoignage, dit le cuisinier

"Ég skal ekki bera vitni," sagði kokkurinn

Le roi regarda anxieusement le lapin blanc

Konungurinn horfði áhyggjufullur á hvítu kanínuna

Et le lapin blanc parlait d'une voix douce

og hvíta kanínan talaði lágri röddu

« Votre Majesté doit contre-interroger ce témoin »

"Yðar hátign verður að yfirheyra þetta vitni"

« Eh bien, s'il le faut, il le faut, » dit le roi

"Jæja, ef ég þarf, þá verð ég að gera það," sagði konungur

« De quoi sont faites les tartes ? »

"Úr hverju eru tertur?"

« Les tartes sont faites de poivre, principalement », a déclaré le cuisinier

"Tertur eru aðallega úr pipar," sagði kokkurinn

Pendant quelques minutes, toute la cour fut dans la confusion

Í nokkrar mínútur var allur völlurinn ringlaður

Finalement, ils se sont tous calmés

að lokum settust þeir allir aftur

Mais à ce moment-là, le cuisinier avait disparu

en þá var kokkurinn horfinn

« N'importe ! » dit le roi

"Alveg sama!" sagði konungur

« Appel à la barre du prochain témoin »

"Kalla næsta vitni í stúkuna"

Alice regarda le lapin blanc qui tâtonnait sur la liste

Alice horfði á hvítu kanínuna þegar hann fálmaði yfir listann

Vous pouvez imaginer sa surprise à ce qu'elle a entendu ensuite

Þú getur ímyndað þér undrun hennar á því sem hún heyrði næst

à tue-tête de sa petite voix aiguë, il appela le nom « Alice ! »

af fullri lítilli rödd sinni kallaði hann nafnið "Alice!"

Le témoignage d'Alice
Sönnunargögn Alice

« Ici ! » s'écria Alice
"Hérna!" hrópaði Alice
Elle se leva d'un bond en toute hâte
Hún stökk upp í miklum flýti
et elle renversa le banc des jurés
og hún velti kviðdómskassanum
et elle renversa tous les jurés
og hún velti öllum kviðdómendum
et ils tombèrent sur la tête de la foule en bas
og þeir féllu til höfuðs mannfjöldanum fyrir neðan
Alice était dans un grand désarroi
Alice var í mikilli skelfingu
« Oh ! je vous demande pardon ! » s'écria-t-elle
"Ó, ég bið þig fyrirgefningar!" hrópaði hún
« Le procès ne peut pas avoir lieu », dit le roi
"Réttarhöldin geta ekki haldið áfram," sagði konungur
« Les jurés doivent retourner à leur place »
"Kviðdómsmennirnir verða að komast aftur á sinn rétta stað"
Il répéta l'ordre avec beaucoup d'emphase
hann endurtók skipunina með mikilli áherslu
et il regarda Alice d'un air sévère
og hann horfði strangur á Alice
« Que savez-vous de ces événements ? » demanda le roi à Alice
"Hvað veist þú um þessa atburði?" spurði konungurinn Lísu
— Je ne sais rien à ce sujet, dit Alice
"Ég veit ekkert um málið," sagði Alice
Le roi lut ensuite un extrait de son livre
Konungur las þá úr bók sinni
« Règle quarante-deux »
"Regla fjörutíu og tveir"
« Toutes les personnes de plus d'un kilomètre de haut doivent quitter le tribunal »
"Allir einstaklingar sem eru meira en mílu á hæð eiga að yfirgefa dómstólinn"

« Je ne suis pas à un mille de haut, » dit Alice
"Ég er ekki mílu á hæð," sagði Alice
« Près de deux milles de haut », dit la reine
"Næstum tvær mílur á hæð," sagði drottningin

— Eh bien, je refuse d'y aller, dit Alice
"Jæja, ég neita að fara," sagði Alice
Le roi pâlit
Konungurinn fölnaði
et il ferma précipitamment son carnet
og hann lokaði minnisbók sinni í flýti
« Considérez votre verdict », a-t-il dit au jury
"Íhugaðu dóm þinn," sagði hann við kviðdóminn
Il parlait d'une voix basse et tremblante
hann talaði lágri, skjálfandi röddu
Puis le lapin blanc prit la parole
Þá tók hvíta kanínan til máls
« Il y a encore plus de preuves à venir »
"Það eru fleiri sönnunargögn að koma ennþá"
et il se leva d'un bond en toute hâte
og hann stökk upp í miklum flýti

« Ce papier vient d'être retiré »
"Þetta blað er nýbúið að taka upp"
« On dirait que c'est une lettre écrite par le prisonnier »
"Þetta virðist vera bréf skrifað af fanganum"
Il déplia le papier tout en parlant
Hann breiddi upp blaðið um leið og hann talaði
« Ce n'est pas une lettre, après tout »
"Þetta er ekki bréf, þegar allt kemur til alls"
« Ce que c'était, c'était un ensemble de versets »
"Það sem það var var safn af vísum"
« S'il vous plaît, Votre Majesté », dit le coquin
"Vinsamlegast, yðar hátign," sagði knáinn
« Je n'ai pas écrit ces vers »
"Ég skrifaði ekki þessar vísur"
« et ils ne peuvent pas prouver que j'ai écrit quoi que ce soit »
"og þeir geta ekki sannað að ég hafi skrifað neitt"
« Il n'y a pas de nom signé à la fin »
"Það er ekkert nafn undirritað í lokin"
Le roi parla au fripon
Konungur talaði við knáann
« Vous avez dû vouloir causer des méfaits »
"Þú hlýtur að hafa ætlað þér að valda einhverjum ógæfu"
« Sinon, tu aurais signé ton nom comme un honnête homme »
"annars hefðirðu skrifað undir nafn þitt eins og heiðarlegur maður"
Il y eut un claquement général de mains
Það var almennt handaklapp
Et le roi se tourna vers le lapin blanc
Og konungur sneri sér að hvítu kanínunni
« Lisez les vers », ordonna-t-il
"Lestu versin," skipaði hann
Il y eut un silence de mort dans la cour
Það var dauðaþögn í dómstólnum
et le lapin blanc lut les versets
og hvíta kanínan las upp versin

Ils m'ont dit que vous étiez allé chez elle
Þeir sögðu mér að þú hefðir verið hjá henni
Et ils lui parlèrent de moi
Og þeir nefndu mig við hann
Elle m'a donné un bon caractère
Hún gaf mér góðan karakter
Mais elle a dit que je ne savais pas nager
En hún sagði að ég gæti ekki synt
Il leur a fait savoir que je n'étais pas parti
Hann sendi þeim skilaboð um að ég væri ekki farinn
Nous savons que c'est vrai
Við vitum að það er satt
Si elle poussait l'affaire, que deviendriez-vous ?
Ef hún ýtti málinu áfram, hvað yrði um þig?
Je lui en ai donné un, ils lui en ont donné deux
Ég gaf henni einn, þeir gáfu honum tvo
Vous nous en avez donné trois ou plus
Þú gafst okkur þrjú eða fleiri
Ils sont tous revenus de sa part vers vous
Þeir sneru allir aftur frá honum til þín
bien qu'ils aient été les miens avant
þó þeir hafi verið mínir áður
Si j'avais la chance d'être
Ef ég eða hún ætti að fá tækifæri til að vera
Si j'étais impliqué dans cette affaire
Ef ég eða hún væri viðriðin þetta mál
Il compte en vous pour les libérer
Hann treystir þér til að frelsa þá
Exactement comme nous étions
Nákvæmlega eins og við vorum
Mon idée, c'est que vous aviez été
Mín hugmynd var sú að þú hefðir verið
Avant qu'elle n'ait cette crise
Áður en hún fékk þetta kast
Un obstacle qui s'est dressé entre
Hindrun sem kom á milli
Lui, et nous-mêmes, et cela

Hann og við og það
Ne lui faites pas savoir qu'elle les aimait mieux
Ekki láta hann vita að henni líkaði best við þá
Car cela doit être à jamais un secret, caché à tous les autres
Því að þetta hlýtur að vera leyndarmál að eilífu, haldið frá öllum hinum
Ce secret doit rester un secret entre vous et moi
Þetta leyndarmál hlýtur að vera leyndarmál milli þín og mín
Le roi était très impressionné
Konungur var mjög hrifinn
« C'est la preuve la plus importante que nous ayons entendue jusqu'à présent »
"Þetta er mikilvægasta sönnunargagnið sem við höfum heyrt hingað til"
— Je ne crois pas que ces vers aient un atome de sens, objecta Alice
"Ég trúi því ekki að þessi vers beri merkingaratóm," mótmælti Alice
le roi avait sa propre opinion sur la question
konungur hafði sína skoðun á málinu
« S'il n'y a pas de sens dans ces mots, cela sauve un monde de problèmes »
"Ef það er engin merking í þessum orðum, þá bjargar það heimi vandræða"
« Alors nous n'avons pas besoin d'essayer de trouver le sens »
"Þá þurfum við ekki að reyna að finna merkinguna"
« Laissons le jury délibérer sur son verdict »
"Leyfðu kviðdómnum að íhuga niðurstöðu sína"
« Non, non ! » dit la reine
"Nei, nei!" segði drotningin
« La condamnation d'abord, le verdict ensuite »
"Dómur fyrst – dómur á eftir"
« Des bêtises et des bêtises ! » dit Alice à haute voix
"Dót og vitleysa!" sagði Alice hátt
« Comme il est stupide de condamner l'accusé en premier ! »
"Hversu kjánalegt það er að dæma sakborninginn fyrst!"

« Tais-toi ! » dit la reine en devenant violette
"Haltu kjafti!" sagði drottningin og varð fjólublá
« Je ne me tairai pas ! » dit Alice
"Ég mun ekki þegja!" sagði Alice
cria la reine à tue-tête
Drottningin hrópaði af fullum krafti
« Coupez-lui la tête ! »
"Höggvið höfuðið af henni!"
Personne n'a fait un mouvement
Enginn gerði hreyfingu
« Qui se soucie de ce que vous dites ? » dit Alice
"Hverjum er ekki sama hvað þú segir?" sagði Alice
Elle avait atteint sa taille maximale à ce moment-là
Hún var orðin fullorðin á þessum tíma
« Tu n'es rien d'autre qu'un jeu de cartes ! »
"Þú ert ekkert annað en spilapakki!"
À ces mots, toutes les cartes se levèrent dans les airs
Við þetta risu öll spilin upp í loftið
et toutes les cartes s'abattaient sur elle
og öll spilin komu fljúgandi niður á hana
Elle poussa un petit cri

Hún öskraði smá
Elle était à moitié effrayée, mais aussi en colère
hún var hálf hrædd, en líka reið
Et elle a essayé de se battre contre les cartes
og hún reyndi að berjast við spilin af sjálfri sér
puis elle se retrouva allongée sur le talus d'herbe
og svo lá hún á grasbakkanum
Sa tête était sur les genoux de sa sœur
höfuð hennar var í fangi systur sinnar
Des feuilles mortes s'étaient posées sur son visage
nokkur dauð lauf höfðu lent á andliti hennar
et sa sœur balayait doucement les feuilles
og systir hennar burstaði laufin varlega burt
« Réveille-toi, ma chère Alice ! » dit sa sœur
"Vaknaðu, Alice elskan!" sagði systir hennar
« Quel long sommeil tu as eu ! »
"Hvílíkur svefn sem þú hefur fengið!"
« Oh, j'ai fait un rêve si curieux ! » dit Alice
"Ó, mig dreymdi svo undarlegan draum!" sagði Alice
Et elle raconta à sa sœur tout ce qu'elle pouvait se rappeler
Og hún sagði systur sinni allt sem hún mundi
toutes les étranges aventures que vous venez de lire
Öll undarlegu ævintýrin sem þú varst að lesa um
Alice se leva et s'enfuit en courant
Alice stóð upp og hljóp í burtu
et elle pensait, tout en courant, à son rêve
og hún hugsaði um drauminn á meðan hún hljóp
« Quel rêve merveilleux cela avait été ! »
"Hvílíkur draumur þetta hafði verið!"